കാട് പൂക്കും കാലം

"And into the forest I go to lose my mind and find my soul."
- John Muir

ശാന്താതുളസീധരൻ

അച്ഛൻ: കെ.രാഘവൻ, അമ്മ: കെ.ഭാനുമതി, ജനനം: കിളിമാനൂരിൽ (1955). വിദ്യാഭ്യാസം: ധനതത്വശാസ്ത്രത്തിൽ ബിരുദാനന്തര ബിരുദം, ബി.എഡ്. 1980-ൽ ഹൈസ്കൂൾ അധ്യാപികയായി സേവനം ആരംഭിച്ചു. ജി.വി. രാജാസ്പോർട്സ് സ്കൂൾ പ്രിൻസിപ്പലായി വിരമിച്ചു.

പ്രസിദ്ധീകൃത കൃതികൾ:

കവിതാസമാഹാരം: ശിശിരം, വേനൽമഴ, അക്ഷരച്ചെപ്പ്, ഏകായനം, പോത്തുകൾ ഡോട്ട് കോം, ഒറ്റത്തിരി, മഴയെഴുത്തുകൾ, മണൽതരികളില്ലാത്ത പുഴ.

കഥകൾ: ഗ്ലാഡിയോലിസ്, തീർത്തും അപരിചിതനായ ഒരാൾ

യാത്രാവിവരണം: പർവ്വതങ്ങളുടെ നാട്ടിൽ, ഹിമവാന്റെ മടിയിൽ, ഒമാനിലൂടെ

നോവൽ: അക്കുവിന്റെ ആമക്കുട്ടൻ, മാലാഖയുടെ പെട്ടകം, നിഴലെഴുത്തുകൾ, ആലിൻചുവട്ടിലെ ആകാശം, അകത്തേയ്ക്കു തുറക്കുന്ന വാതിൽ, ഒറ്റച്ചിറകുള്ള പക്ഷികൾ, അനന്തുവിന്റെ ആകാശങ്ങൾ, മരുഭൂമിയിൽ മഴ പെയ്യുമ്പോൾ, പെണ്ണിര, മരുഭൂമിയിലെ തണൽ മരങ്ങൾ, കനല് തിന്നുന്ന വെയിൽപ്പക്ഷികൾ, മടക്കം, സദാനന്ദപുരം പി.ഒ., ആയത്താർ.

പഠനം: കേരളത്തിലെ ആദിവാസികൾ ജീവിതവും സംസ്കാരവും (സമ്പൂർണ്ണം) കേരളത്തിലെ ആദിവാസി സംസ്കാരങ്ങൾ, കാവുപെറ്റ കമ്മ്യൂണിസം, വള്ളിക്കാവിന്റെ അരയൻ, ചരിത്രത്തിലില്ലാത്തവരുടെ ചരിത്രം, നീതിനിഷേധത്തിന്റെ പെണ്ണൊപ്പുകൾ

പ്രൊഫസർ ജോസഫ് മുണ്ടശ്ശേരി അവാർഡ്, അധ്യാപക കലാവേദി സംസ്ഥാന അവാർഡ്, ചെറിയാൻ മത്തായി ഫൗണ്ടേഷൻ എൻഡോവ്മെന്റ്, വിദ്യാഭ്യാസ വകുപ്പിന്റെ ദേശീയ അധ്യാപകദിന സാഹിത്യമത്സരങ്ങളിൽ മൂന്നു വർഷം തുടർച്ചയായി ഒന്നാം സ്ഥാനം (1999-2000, 2000-01, 2001-2002), ഗുരുദേവ കലാവേദി അവാർഡ്, കൈനിക്കര പത്മനാഭപിള്ള പുരസ്കാരം, രുഗ്മിണി മേനോൻ സ്മാരക കവിതാ പുരസ്കാരം, അഴകത്ത് പത്മനാഭക്കുറുപ്പ് സ്മാരക പുരസ്കാരം, ഗുരു നിത്യ ചൈതന്യയതി നോവൽ പുരസ്കാരം, വിതുരോദയം നോവൽ പുരസ്കാരം, 2016 ലെ ബി.ആർ. അംബേദ്കർ ഹയ്യസ്റ്റ് നാഷണൽ എക്സലൻസി അവാർഡ്, സാഹിത്യകേരളം പുരസ്കാരം., പ്രഭാത് ബുക്സ്-ജൂറി പുരസ്കാരം, കമലാസുരയ്യ പ്രതിഭാ പുരസ്കാരം-2017 എന്നിവ നേടി.

ഭർത്താവ്: കെ. തുളസീധരൻ (Rtd. D.E. BSNL).

മക്കൾ: മിലി, അനുരൂപ്.

മരുമക്കൾ: ശ്രീകാന്ത്, നീതു. പേരക്കുട്ടി: രേവന്ത്, ആഹാന

വിലാസം: തുളസീവനം, KOORA - 250, കൂട്ടാംവിള, വട്ടിയൂർക്കാവ് (പി.ഒ.), തിരുവനന്തപുരം. മൊബൈൽ: 9447344004

എഡിറ്റർ:
ശാന്താതുളസീധരൻ

കാട് പൂക്കും കാലം

യാത്രാക്കുറിപ്പുകൾ

FEMINGO **BOOKS**
2022

Kaadu Pookum Kaalam
Edited By Santha Thulasidharan
Malayalam

Published by:-
FEMINGO BOOKS
femingobooks@gmail.com
Ph: 90740 98776, 8301034604

Cover Design:
Rajesh Chalode

Cover Photo:
Sali Palode

Printed in India
at Max

Edition:
First Editon August 2022
Copies: 1000

ISBN: 978-93-91085-17-9

പ്രസാധകക്കുറിപ്പ്

കാടു കാണുമ്പോൾ മരം കാണില്ല,
മരം കാണുമ്പോൾ കാടു കാണില്ലെന്നത് എത്ര സത്യം!
സൈലന്റ്‌വാലി ദേശീയോദ്യാനത്തിന്റെ കവാടത്തിനു മുന്നിൽ
നിൽക്കുമ്പോൾ ചിന്തിച്ചത് അതു മാത്രമായിരുന്നു. അവിടെ
ഞാൻ ഒറ്റയ്ക്കായിരുന്നില്ല. കാടിനെ അറിയാനെത്തിയ ഇരുപത്
സ്ത്രീകളും, അവരുടെ ഋതുഭേദകൽപ്പനകൾ നിറം ചാർത്തിയ
മനസ്സും. ഞങ്ങൾ നടന്നു, കാടകത്തേക്ക്. മഴച്ചാർത്തുകൾ നിറച്ച
കാട്ടരുവികൾ കുന്തിയായും ഭവാനിയായും ഉറവകൂടിയപ്പോൾ
കൺമുന്നിൽ മല്ലീശ്വരനും കൊടുമുടിയായി ഉയർന്നുനിന്നു.
കാഴ്ചകളുടെ ആ ഹരിതാഭയാണ് ഇപ്പോൾ അക്ഷരങ്ങളായി
മാറിയിരിക്കുന്നത്. അതൊരു മലവെള്ളപ്പാച്ചിൽ പോലെ,
കാട്ടിൽ നിന്നും ഇറങ്ങിവരികയാണ്. പ്രകൃതി ഉരവം കൊണ്ടു
നടമാടിയതു പോലെ, കാറ്റുകൊണ്ട കുളിരു പോലെ, പച്ചപ്പിന്റെ
പര്യായങ്ങൾ പദസഞ്ചയമായി ഇവിടെ കാടൊരുക്കത്തിന്റെ
അനുഭവപ്പെയ്ത്താകുന്നു. ഇതു കാട് കണ്ടവളുടെ അക്ഷരം,
കാട് കാണിക്കാനവളുടെ പദയൊരുക്കം.

ദുർഗ മനോജ്

"If you go to a desert, you will hear this mysterious voice: Be wise, protect your forests!"
- Mehmet Murat Ildan

"In some mysterious way woods have never seemed to me to be static things. In physical terms, I move through them; yet in metaphysical ones, they seem to move through me."

- John Fowles

ആരണ്യകം

ഇന്ത്യൻ ഉപഭൂഖണ്ഡത്തിന്റെ തെക്കേയറ്റത്ത്, കേരള സംസ്ഥാനത്തിൽ പശ്ചിമഘട്ടത്തിന്റെ പാർശ്വനിരയായ നീലഗിരി മലകളുടെ തെക്കുപടിഞ്ഞാറേ കോണിലുള്ള ഒരു നിത്യഹരിത വനപ്രദേശമാണ് സൈലന്റ്‌വാലി ദേശീയോദ്യാനം. പശ്ചിമഘട്ട വനസമ്പന്നതയുടെ ഉദാത്തമായ ദൃഷ്ടാന്തമാണ് സൈലന്റ്‌വാലി വനപ്രദേശം. 2400 മീറ്ററോളം ഉയരം വരുന്ന കൊടുമുടികളിൽ നിന്നും തുടങ്ങി സമുദ്രനിരപ്പിൽ നിന്ന് നൂറു മീറ്റർ പോലും ഉയരം വരാത്ത താഴ്വരകൾ വരെ വ്യാപിച്ചുകിടക്കുന്ന ഈ കാടുകളിൽ ജൈവവൈവിധ്യങ്ങൾ കാരണവും മനുഷ്യന്റെ ഇടപെടലുകൾ ഇല്ലാതിരുന്നതിനാലും മറ്റു വനഭൂമികളിൽ ഒന്നും കാണാത്തത്ര നൈസർഗ്ഗികമായ ആവാസവ്യവസ്ഥയും ജീവസമൂഹങ്ങളും അത്യപൂർവ്വമായ സസ്യജനുസ്സുക്കളും സഞ്ചാരികൾക്ക് ആകർഷണമായി ഇന്നും നിലനിൽക്കുന്നു.

കാടിനെ അറിഞ്ഞുകൊണ്ടുള്ള യാത്ര എപ്പോഴും സഞ്ചാരിയുടെ മനസ്സിൽ പുതുമ നിറഞ്ഞ കാഴ്ച സമ്മാനിക്കാറുണ്ട്. സൈരന്ധ്രീവനം എന്നുകൂടിപ്പേരുള്ള കേരളത്തിലെ ഈ മഴക്കാട് പ്രകൃതിയെ സ്നേഹിക്കുന്ന യാത്രികരുടെ പ്രിയപ്പെട്ട ഇടമാണ്. അവിടേയ്ക്കാണ് പ്രകൃതിയെ അത്യധികം സ്നേഹിക്കുന്ന ഒരുകൂട്ടം സ്ത്രീകളുടെ കൂട്ടായ്മ, 'ഫെമിൻഗോ ബുക്സി'ന്റെ ഒരു പുസ്തക പ്രകാശനത്തിനായി എത്തിയത്.

നിശ്ശബ്ദതാഴ്വരയിലെ കാഴ്ചകളിൽ നിന്നും ഊർജ്ജം ഉൾക്കൊണ്ട്, അവരിൽ കുറേപേർ ചേർന്ന് എഴുതിയ കുറിപ്പുകളാണ് ഈ പുസ്തകത്തിൽ ഉൾക്കൊള്ളിച്ചിരിക്കുന്നത്. മേൽപറഞ്ഞ സ്ത്രീക്കൂട്ടായ്മക്ക് അവരുടെ തുടർന്നുള്ള പ്രവർത്തനങ്ങൾക്ക് എല്ലാവിധ ഭാവുകങ്ങളും ആശംസിക്കുന്നു.

എസ്. വിനോദ് ഐഎഫ്എസ്
വൈൽഡ് ലൈഫ് വാർഡൻ
സൈലന്റ്‌വാലി നാഷണൽ പാർക്ക്

"Every forest branch moves differently in the breeze,
but as they sway they connect at the roots."

- Rumi

മനസ്സെഴുത്തുകൾ

മനുഷ്യജീവിതം ആരംഭിച്ച് വികാസപരിണാമങ്ങളിലൂടെ ഇന്നത്തെ അവസ്ഥയിലെത്തുന്നതിൽ കാടുകൾ വഹിച്ചപങ്ക് നിസ്തുലമാണ്. പണ്ടുപണ്ട് 'കാട്' നമുക്ക് (പൂർവ്വികർ) വീടായിരുന്നു. ഇന്നോ? കാടിനു വന്യതയുടെ പരിവേഷമാണ് പുതുകാലം പതിച്ചു നൽകിയിരിക്കുന്നത്. 'വീട്' പോലും 'വന്യ'മായിക്കൊണ്ടിരിക്കുന്ന വർത്തമാനകാല ജീവിതപരിസരത്ത് നില്ക്കുന്നവർക്ക് 'കാട്' വന്യമാകാതെ തരമില്ല.

ഭാരതീയ സാമൂഹ്യ- സാംസ്കാരിക രംഗങ്ങൾ കാടുമായി ചേർന്നു നില്ക്കുന്നു. ജീവസന്ധാരണത്തിനും വിനോദത്തിനും ബൗദ്ധിക വികാസത്തിനും കാടു നൽകിയ സംഭാവനകൾ നിസ്സീമമാണ്. ഋഷിവര്യന്മാരാൽ അനുഗ്രഹീതമായ ഭാരതം കാടുകളോട് കടപ്പെട്ടിരിക്കുന്നു. വാല്മീകിയും വ്യാസനും, കാളിദാസനും തുടങ്ങി എണ്ണിയാലൊടുങ്ങാത്ത മനീഷികൾക്കമ്മെയായ 'കാട്' വൈവിദ്ധ്യങ്ങളുടെ സമഞ്ജസത്വം ഉൾക്കൊള്ളുന്നുവെന്നതു തർക്കമറ്റ വസ്തുതയാണ്.

മനുഷ്യനെപ്പോലെ കാടുകൾക്കുമുണ്ട് വൈവിദ്ധ്യങ്ങൾ... നിത്യഹരിതമായും അർദ്ധഹരിതമായും വരണ്ട മുൾക്കാടുകളായും മാറുന്നത് അവ ഉൾക്കൊള്ളുന്ന പ്രദേശത്തിന്റെ പ്രകൃതിക്കനുസൃതമായാണ്. മഴക്കാടുകളും ഇലപൊഴിയും കാടുകളും പുൽമേടുകളും ചേർന്ന വൈവിദ്ധ്യങ്ങളെ 'കാട്' എന്ന ഒറ്റശീർഷകത്തിൽ അടയാളപ്പെടുത്തുന്ന ഏതൊരു ഭൂപ്രദേശത്തിന്റെയും കാലാവസ്ഥയെ രൂപപ്പെടുത്തുന്നതിൽ കാടുകൾ വഹിക്കുന്ന പങ്ക് നിർണ്ണായകമായിരിക്കെ അത്രമേൽ പ്രാധാന്യമുള്ള കാടിനോട് മനുഷ്യർ കാട്ടേണ്ടുന്ന അടിസ്ഥാന മര്യാദകളെങ്കിലും 'കാടുകൾ' പ്രതീക്ഷിക്കുന്നുണ്ടാവും. ഒരുപക്ഷേ, അങ്ങേയറ്റം കരുതലോടെ പരിപാലി

ക്കേണ്ടതല്ലേ നമ്മുടെ കാടുകളും നൈസർഗ്ഗീക സസ്യജാലങ്ങളും എന്ന് അബോധത്തിലും എന്നെ പിന്തുടരുന്ന കാടറിവുകൾ വല്ലാതെ അലോസരപ്പെടുത്താറുണ്ട്. എന്നാലോ, ഒറ്റയ്ക്കു സഞ്ചരിക്കാൻ തക്ക പ്രാപ്തിയില്ലായ്മ പകരുന്ന സങ്കടം കാടിനോടല്ലാതെ ആരോടു പറയാൻ?

ഇങ്ങു തെക്ക് പശ്ചിമഘട്ടം മലനിരകൾ തൊട്ട് അങ്ങു വടക്ക് അത്ഭുതങ്ങളുടെ നല്ലിടങ്ങളായ ഹിമാലയവും തുടർന്ന് വടക്ക്, കിഴക്കുള്ള പർവ്വതനിരകളും വനസമൃദ്ധിയിൽ മുന്നിലാണ്. ഇന്ത്യയുടെ വനവിസ്തൃതിയുടെ കണക്ക് പരിശോധിച്ചാൽ കൊച്ചുകേരളത്തിന് 13-ാം (പതിമൂന്നാം) സ്ഥാനമാണുള്ളത്. കേരളത്തിന്റെ മൊത്തം വനവിസ്തൃതി 11125.59 സ്ക്വയർ കി.മീ (പതിനോരായിരത്തി ഒരുന്നൂറ്റി ഇരുപത്തിയഞ്ച് ദശാംശം അഞ്ച് ഒമ്പത്) ചതുരശ്ര കിലോമീറ്ററാണ്. അതേസമയം കേരളത്തിന്റെ ആകെ ഭൂവിസ്തൃതിയുടെ 28.90 ശതമാനവും വനങ്ങളാണ്. ലോകശ്രദ്ധയാകർഷിച്ച ജൈവവൈവിദ്ധ്യങ്ങളുടെ ആസ്ഥാനമാണ് പശ്ചിമഘട്ടം മലനിരകൾ.

വംശനാശഭീഷണി നേരിടുന്ന അപൂർവ്വയിനം പൂമ്പാറ്റകൾ, ജന്തുജാലങ്ങൾ, ഔഷധ സസ്യങ്ങൾ, പക്ഷികൾ എന്നിവ പശ്ചിമഘട്ടത്തിലുണ്ടെന്നത് പ്രതീക്ഷയ്ക്കിട നൽകുന്നു. കേരളത്തിലെ വനവിസ്തൃതി പരിശോധിച്ചാൽ ഇടുക്കി, വയനാട്, പത്തനംതിട്ട ജില്ലകൾ മുൻനിരയിലും ഏറ്റവും പിന്നിലായി ആലപ്പുഴയും ഇടം പിടിക്കുന്നു.

എന്തുകൊണ്ട് വനം അധികചർച്ചയ്ക്ക് വിഷയമാകുന്നു എന്ന് മനസ്സിലായാൽ കാടിനെ ഹൃദയത്തോടു ചേർത്തു പിടിക്കാതെ വയ്യെന്നാവും. വിഭിന്നസ്വഭാവികളായ ജന്തുലോകം ഭീഷണി നേരിട്ടു തുടങ്ങിയിട്ട് നൂറ്റാണ്ടുകളായി. കാട്ടിലെ തടി തേവരുടെ ആന... ഈ മനോഭാവമാണ് നമ്മുടെ കാടുകളുടെ നാശത്തിനു കാരണമായത്. ഐക്യകേരളം രൂപം കൊള്ളുന്നതിനും മുന്നേ തന്നെ തിരുക്കൊച്ചിയുടെ അധീനതയിലുണ്ടായിരുന്ന കാടുകളെ സർക്കാരിനു വിട്ടു കൊടുത്ത് മാതൃകയായ ഭരണകർത്താക്കളെ ഓർക്കുക... തിരുവിതാംകൂർ വനനിയമം 1887-ൽ നിലവിൽ വന്നു.

അപ്പോഴും മലബാർ മേഖലയിലെ കാടുകൾ നാട്ടുരാജാക്കന്മാരുടെ അധീനത്തിലായിരുന്നു. 1961-ൽ നിലവിൽ വന്ന കേരള വന നിയമത്തിനു ശേഷമാണ് കേരള വനവൽക്കരണ പദ്ധതി ആരംഭിച്ചത്. ഇവിടെ ഒരു സംശയം ശേഷിക്കുന്നു. അത് മറ്റൊന്നുമല്ല,

കാടുകളെല്ലാം സർക്കാരധീനത്തിലായില്ലേ... പിന്നെന്തിന് വനവൽക്കരണം? ഇവിടെ ചില അപ്രിയസത്യങ്ങൾ കൂടി ചൂണ്ടിക്കാട്ടേണ്ടതുണ്ട്.

വനനിയമം വരുന്നതിന്റെ കൂട്ടത്തിൽ കിട്ടാവുന്നത്ര മരങ്ങൾ വെട്ടിയെടുക്കുകയെന്ന കുബുദ്ധിയിൽ അട്ടപ്പാടിമേഖല മുഴുവനും മൊട്ടക്കുന്നുകളായി. പൊടിക്കാറ്റു വീശി വരണ്ടുപോയ നദി ഭൂഗർഭത്തിലഭയം തേടി. ഒരിക്കൽ വനമായിരുന്ന പ്രദേശങ്ങൾ മുണ്ഡിതശിരസ്ക്കകൾ ആയി അവഗണനയുടെ പൊള്ളലേറ്റു കരിഞ്ഞു. അവിടെ നഷ്ടപ്പെട്ട വനം വീണ്ടെടുക്കുകയെന്ന ശ്രമകരമായ ഉദ്യമത്തിനു തുടക്കം കുറിച്ചു.

പീച്ചി കേന്ദ്രമായി 1975-ൽ കേരള ഫോറസ്റ്റ് റിസർച്ച് ഇൻസ്റ്റിറ്റ്യൂട്ട് പ്രവർത്തനമാരംഭിച്ചു. വനവും വനസമ്പത്തും സംരക്ഷിക്കുകയെന്നത് അനിവാര്യതയിലിടം പിടിച്ചു. പക്ഷിസങ്കേതങ്ങൾ, കടുവ സങ്കേതം, വംശനാശത്തിന്റെ വക്കിലുള്ള സിംഹവാലൻ കുരങ്ങുകൾ തുടങ്ങി രാജവെമ്പാല വരെയുള്ള ജന്തുജാലസംരക്ഷണത്തിന് ആക്കം കൂട്ടി.

ജനപ്പെരുപ്പം വിഭവങ്ങളുടെ അധികരിച്ച ആവശ്യത്തിനു വഴിയൊരുക്കി. ഒളിഞ്ഞും തെളിഞ്ഞും വനവിഭവങ്ങൾ കൊള്ളയടിക്കപ്പെട്ടു. രക്ഷിക്കേണ്ടവർ ശിക്ഷകരായതോടെ കാടുകൾ കത്തുകയും ചന്ദനം പോലുള്ള അമൂല്യവൃക്ഷങ്ങൾ കൊള്ളയടിക്കപ്പെടുകയും ചെയ്തു.

എന്തുകൊണ്ട് കാടുകൾ സംരക്ഷിക്കപ്പെടണം? സംസ്ഥാന വരുമാനത്തിന്റെ നല്ലൊരു പങ്ക് വനത്തിൽ നിന്നാണ്- തടി, വിറക്, ചന്ദനം, ഔഷധസസ്യങ്ങൾ, തേൻ, മെഴുക്, കുന്തിരിക്കം, കറുവപ്പട്ട, കാട്ടേലം, കാട്ടിഞ്ചി, മഞ്ഞൾ തുടങ്ങി എണ്ണിയാൽ തീരാത്ത വിഭവസമൃദ്ധി കേരളത്തിലെ കാടുകളിലുണ്ട്.

കാട്ടരുവികളും വെള്ളച്ചാട്ടങ്ങളും അപൂർവ്വയിനം സസ്യ-ജന്തുജാലങ്ങളും മലമടക്കുകളെ വാരിപ്പുണരുന്ന കോടമഞ്ഞും കണ്ണുകെട്ടിക്കളിക്കുന്ന സൂര്യാംശുവും കുളിരുള്ള പുലരികളും കാടിന്റെ സംഗീതവും അടുക്കുന്തോറും സ്നേഹം കൂടുന്ന വൃക്ഷലതാദികളും ചേർന്ന് ടൂറിസത്തിൽ നിന്നുള്ള വരുമാനം ശ്രദ്ധേയമാക്കുന്നു.

അഗസ്ത്യർകൂടം, നെയ്യാർ വന്യമൃഗങ്കേതം, ആറളം, പറമ്പിക്കുളം, നെല്ലിയാമ്പതി, സൈലന്റ്‌വാലി. അട്ടപ്പാടി, കൃഷ്ണവനം, തേക്കടി, ഗവി. വാഗമൺ, കണ്ണവം, മുത്തങ്ങ, പീച്ചി, വാഴാനി. തോൽപ്പെട്ടി, തിരുനെല്ലി, തട്ടേക്കാട് അമ്പൂരി, തെന്മല, പേപ്പാറ, മറയൂർ,

കാട് പൂക്കും കാലം

കാന്തല്ലൂർ, രാജമല, ആനയാന്തം തുടങ്ങിയ സഞ്ചാരികളുടെ സ്വപ്നഭൂമികൾ കേരളത്തിനു സ്വന്തം. പറഞ്ഞതിലേറെ പറയാനുണ്ടെന്നത് സ്ഥലപരിമിതിയിൽ നിർത്തുന്നു.

വനംവകുപ്പിന്റെ അശ്രാന്ത പരിശ്രമം കൊണ്ടും പങ്കാളിത്തവന സംരക്ഷണ പദ്ധതികൾ കൊണ്ടും വരുംതലമുറയ്ക്ക് കാട്ടിക്കൊടുക്കാൻ കുറച്ച് കാടുകൾ ശേഷിക്കുന്നു. ഭൂഗർഭത്തിലേക്ക് അന്തർധാനം ചെയ്ത പുഴയെ വീണ്ടെടുക്കാൻ എൻ.വി കൃഷ്ണവാര്യർ, സുഗതകുമാരി, അയ്യപ്പപണിക്കർ തുടങ്ങിയവരുടെ നെടുനാൾ പോരാട്ടത്തിലൂടെ സാധ്യമായി എന്നതിൽ അഭിമാനിക്കാം.

എനിക്ക് എന്തു ചെയ്യാൻ കഴിയും? ഈ ചോദ്യത്തിന് ഒറ്റ ഉത്തരം 'എന്തും' ചെയ്യാൻ കഴിയും. ഇതു കൃഷ്ണവനത്തിലൂടെ നമ്മിലേക്ക് സന്നിവേശിപ്പിച്ച, നമുക്ക് മുന്നേ നടന്നവരോട് ഇത്രമാത്രം; കൃഷ്ണവനങ്ങൾ ഇനിയുമുണ്ടാകും... പുഴകൾ തിരിച്ചുവരും. അന്യം നിന്നുപോകാതെ വനസമ്പത്ത് കാത്തുവയ്ക്കും... വരുംതലമുറയ്ക്കായി.

ആദ്യമായി ഒരു പുസ്തകം എഡിറ്റ് ചെയ്യുന്നതിന്റെ വിഹ്വലതകൾ ചെറുതല്ല. 'കാടു പൂക്കും കാലം' പുതിയൊരു കാൽവെയ്പാണ്. അതിനു മുൻകൈ എടുത്ത പ്രിയപ്പെട്ട ദുർഗയോടു (ദുർഗ മനോജ്, ഡയറക്ടർ, ഫെമിൻഗോ ബുക്സ്) കടപ്പാടും സ്നേഹവും. അതീവ വ്യത്യസ്തമായൊരു കൃതിയെന്ന് കാട് പൂക്കും കാലം അക്ഷരലോകത്ത് ഇടം പിടിക്കും. കാരണം ഈ പുസ്തകത്തിലെ രചനകൾ ലബ്ധപ്രതിഷ്ഠരായ എഴുത്തുകാരുടേതല്ല. എന്നാൽ അതീവഹൃദ്യമായി, അതിലേറെ അനുഭവസാന്ദ്രമായ 'മനസ്സെഴുത്തുകൾ' എന്ന് വായന രേഖപ്പെടുത്തുന്നു.

തികച്ചും വ്യത്യസ്തരായ പത്തൊമ്പതുപേർ 12 വയസ്സുമുതൽ 71 വയസ്സുവരെയുള്ളവർ, മൂന്നുതലമുറയിൽപ്പെട്ടവരുടെ ഒറ്റ മനസ്സോടെയുള്ള ഒരു യാത്ര... അതെ മഴയാത്ര. കാടും മഴയും കോടമഞ്ഞും കോറിയിട്ട അനുഭവങ്ങളെ പൊയ്ക്കാലുകളില്ലാതെ സ്വന്തമായൊരു ശൈലിയിൽ... എല്ലാത്തിനും ചുക്കാൻ പിടിച്ച ദുർഗ എന്ന സംഘാടക... ആസ്വാദനത്തിന്റെ വലിയ ലോകത്തേക്ക് വായനക്കാരെ കൂട്ടുവിളിക്കുന്നതോ മഞ്ജു, അനുരാധ, പ്രീന, മുംതാസ്, റെഫി, രശ്മി നായർ, ഡോ. സേതുലക്ഷ്മി, ലക്ഷ്മി പാർവ്വതി, ദുർഗ, വൃന്ദ, മീര, ചിത്ര, യമുന, ശാന്താതുളസീധരൻ, കയ്യുമ്മു കോട്ടപ്പടി എന്നിവരും. ഓരോ എഴുത്തും മനോഹരമാകുന്നത്ഇവരാരും അറിയപ്പെടുന്ന എഴുത്തുകാരല്ലാത്തതുകൊണ്ടാണ്.

അതുകൊണ്ടുതന്നെ പ്രോത്സാഹിപ്പിക്കേണ്ടത് വായനാപക്ഷമാണ്. ചെറിയ പോരായ്മകൾ കണ്ടേക്കാം. അത് പേരക്കുട്ടിയല്ലേ, മുത്തശ്ശിയല്ലേ, ചേച്ചിയല്ലേ, അനുജത്തിയല്ലേ, ബാല്യകാലസഖിയല്ലേ.... ഈ വഴി സമീപിച്ചാൽ ഓരോ രചനയ്ക്കും അതിന്റേതായ തനിമയുണ്ട്, ഗരിമയും. എവിടെ നിന്നും കോപ്പിയടിച്ചതോ, ഗൂഗിളമ്മായിയോട് കടം വാങ്ങിയതോ അല്ലെന്ന് ഹൃദയാക്ഷരങ്ങൾ സാക്ഷ്യപ്പെടുത്തും.

കാടറിവുതേടി വനയാത്ര നടത്തിയ ഒരു കൂട്ടം പെണ്മനസ്സുകളുടെ അനുഭവചിത്രണം... ഇത് ഒരു തുടക്കമാവാം. യാത്രാസംഘങ്ങൾക്ക് പ്രചോദനമാകുമെങ്കിൽ ഞങ്ങൾ ധന്യരായി. ഇനിയും കാടും പുഴയും കാട്ടിലെ മനുഷ്യരും ഞങ്ങളുടെ കാഴ്ചയിൽ ഇടം പിടിക്കുമെന്നുള്ള ശുഭപ്രതീക്ഷയിൽ ഞങ്ങളുടെ ഈ മനസ്സെഴുത്തുകളെ സ്വീകരിച്ച്... അനുഗ്രഹിക്കുക.

എഡിറ്റർ

"Forest is a dream where you may find yourself and dream is a forest where you may lose yourself !"

- Mehmet Murat ildan

1

മുടിയഴിച്ചിട്ട കാട്

ഡോ.സേതുലക്ഷ്മി എം. എസ്

കാടു പൂവിടും... സർവ്വപ്രതാപങ്ങളോടും വിരാജിക്കുന്ന അതിശക്തയായ ഒരു സ്ത്രീയെ പോലെയാണ് കാട്. അവൾക്കുള്ളിൽ അടരുകളായി നിറഞ്ഞിരിക്കുന്നവയെ വേർതിരിച്ചെടുക്കാനുള്ള മനുഷ്യന്റെ എക്കാലത്തെയും ശ്രമമാണ് കാടുയാത്രകൾക്കു പിന്നിലുള്ളത്. ദൂരെനിന്നു കാണുമ്പോൾ വളരെ മോഹിപ്പിക്കുന്നതും എന്നാൽ ഉള്ളിൽ ആർക്കും തിരിച്ചറിയാനാവാത്തവണ്ണം ഒളിപ്പിച്ചുവെച്ച നിഗൂഢതകളും നിറഞ്ഞതാണ് ഓരോ കാടും. ദൂരക്കാഴ്ചയിൽ ഒറ്റമരമായി തോന്നുന്നതു ചിലപ്പോൾ ഒരുകൂട്ടം മരങ്ങളാകാം. വള്ളിച്ചെടികളായി തോന്നുന്നത് ഒരുപക്ഷേ പെരുമ്പാമ്പാകാം. പെട്ടെന്നായിരിക്കും നിശബ്ദതതയെ വകഞ്ഞുമാറ്റി ഒരു പുള്ളിമാൻകുട്ടി പാഞ്ഞോടിപ്പോവുക. അപ്രതീക്ഷിതമായിട്ടാകും ഒറ്റയാന്റെ ആക്രമണം ഉണ്ടാവുക. അങ്ങനെ നിഗൂഢതകൾ ഒളിപ്പിച്ചു വച്ചിരിക്കുന്ന, പൂത്തുലഞ്ഞു നിൽക്കുന്ന കാടിനെ പ്രൗഢഗംഭീരയായ ഒരു സ്ത്രീയോടല്ലാതെ മറ്റെന്തിനോടാണ് ഉപമിക്കുക? ചില കാടുകൾ വസന്തത്തിൽ വിവിധ വർണങ്ങളിൽ പൂത്തുലഞ്ഞു നിൽക്കും, ചിലപ്പോൾ തോരാമഴയൊന്നു പെയ്തുതീരുമ്പോൾ ഇലപ്പെയ്ത്തായ് മഴപ്പെയ്ത്തായ് മഴയെ വിടാതെ പിന്തുടരും. കോടമഞ്ഞിന്റെ മൂടുപടം മുഖത്തണിഞ്ഞ് തൊട്ടുമുന്നിലെ കാഴ്ചകളെ മറച്ചുവയ്ക്കുമ്പോൾ അവൾക്കു നിഗൂഢരഹസ്യങ്ങൾ ഉള്ളിൽപ്പേറുന്ന ചാരസുന്ദരിയുടെ വന്യകാന്തി! കാടൊരു സമസ്യയുമാണു പെണ്ണിനെപ്പോലെ. പൂവിട്ടു നിൽക്കുമ്പോൾ നവോഢയെങ്കിൽ അവളുടെ നാണത്തിൽ മതിമയങ്ങി നിൽക്കുമ്പോൾ തുമ്പിക്കൈ കൊണ്ടു ചുഴറ്റിയെറിയാൻ തയ്യാറെടുത്തു നിൽക്കുന്ന മദയാനയുടെ നിശ്ശബ്ദസാന്നിധ്യം ഒരു നാഗരികനു തിരിച്ചറിയാനായെന്നു

വരില്ല. കാടെന്നാൽ വൻമരങ്ങൾ എന്നു മാത്രമല്ല, മറിച്ച് വിശാലമായ പുൽമേടുകളും ചേർന്നതാണ്. പുൽമേടുകൾ ദൂരക്കാഴ്ചയിൽ ഒരു യുവതിയാണ്. പച്ചപ്പട്ടുടുത്ത യുവതി. എന്നാൽ മറഞ്ഞിരുന്നൊരു മാനിനു പിന്നാലെ പായുന്ന പുലിയുടെ ചിത്രം ഇതേ പുൽമേട്ടിൽ പലവട്ടം ആവർത്തിച്ചു കഴിഞ്ഞ ഒരു ദൃശ്യമാണ്.

നിരന്നതും വളഞ്ഞതും നിമ്നോന്നതങ്ങളും അടങ്ങിയ കാടിന്റെ വശ്യസൗന്ദര്യം ആരെയും മോഹിപ്പിക്കും. നഗരത്തിന്റേയും ചുറ്റുമുള്ള മനുഷ്യരുടെയും കാലുഷ്യം അതിരു കടക്കുമ്പോൾ, മനുഷ്യൻ സമാധാനംതേടി എന്നും പോയിരുന്നത് കാടുകളിലേക്കായിരുന്നു. നമ്മുടെ ചരിത്രപുസ്തകങ്ങളും മഹാകാവ്യങ്ങളും ഈ ആശയത്തെ വീണ്ടുംവീണ്ടും നമുക്കു കാണിച്ചുതന്നിട്ടുമുണ്ട്. വനവാസകാലത്ത് രാമലക്ഷ്മണന്മാർ സീതയേയും കൂട്ടിപ്പോയത് കാടുകളിലേക്കാണ്. അരക്കില്ല കാലഘട്ടവും, അജ്ഞാതവാസക്കാലവും കടന്ന് കുരുക്ഷേത്ര യുദ്ധത്തിനുശേഷം നീണ്ടകാലം രാജ്യംഭരിച്ച പാണ്ഡവരും ഒടുവിൽ ജീവതത്തിന്റെ സന്ധ്യയിൽ സ്വയം തിരഞ്ഞെടുത്തത് വനവാസമാണ്; നാഗരിക ജീവിതമല്ല. സമാധാനം തേടിയുള്ള യാത്രയിൽ കാടിന്റെ സൗമ്യതയെയും സൗന്ദര്യത്തെയും ശക്തിയെയും സ്വായത്തമാക്കുവാൻ ഇവരെല്ലാവരും ശ്രമിച്ചിരുന്നു. എല്ലാകാലവും കാടിനെ കവർന്നെടുത്തിട്ട്, കാടിന്റെ സൗന്ദര്യത്തെയും ശക്തിയെയും ആവാഹിച്ചിട്ട്, നന്ദിയോടെ തിരികെ പോരാൻ മനുഷ്യനാകുമായിരുന്നില്ല. പകരം നാശത്തിന്റെ വിത്ത് വിതച്ചിട്ടേ അവൻ മടങ്ങിയിരുന്നുള്ളൂ. ഖാണ്ഡവ ദഹനത്തിന് ഇതിഹാസത്തിൽ ന്യായങ്ങളെമ്പാടും ഉണ്ടെങ്കിലും അതൊരു സാക്ഷ്യപ്പെടുത്തലാണ്, മനുഷ്യർ അവരുടെ ഏറ്റവും ചെറിയ ആവശ്യങ്ങൾക്കും നിലനിൽപ്പിനും നിമിഷനേരത്തിൽ ഒരു കൊടുംകാടിനെ ചുട്ടെരിക്കാൻ മടിക്കില്ലെന്ന സാക്ഷ്യപ്പെടുത്തൽ.

ഒളിച്ചുതാമസിക്കുമ്പോൾ കാടിന്റെ വന്യതയിൽ എങ്ങോട്ടെന്നില്ലാതെ അലഞ്ഞ പാണ്ഡവർക്കു വഴികാട്ടി ആയത് കാടിന്റെ മകളായ ഹിഡുംബി ആയിരുന്നു. ശക്തൻ അശക്തനേ ജയിക്കുന്നു എന്നതാണ് കാടിന്റെ നിയമം; മൃഗമായാലും, മനുഷ്യനായാലും, പ്രകൃതിയാലും. അതുകൊണ്ട് മാത്രമാകണം സഹോദരനായ ഹിഡുംബനെ കൊന്ന ഭീമസേനനു മാപ്പുകൊടുക്കാനും ആ ശക്തമായ സൗന്ദര്യത്തെ ആരാധിക്കാനും പ്രണയിക്കാനും ഹിഡുംബിക്ക് കഴിഞ്ഞത്. കാടിന്റെ സർവ്വസന്നാഹങ്ങളും ശക്തിയും വിഭവങ്ങളും പഞ്ചപാണ്ഡവർ യഥേഷ്ടം ഉപയോഗിക്കുകയായിരുന്നു

അവിടെ. എത്രയൊക്കെ വിഷമിപ്പിച്ചാലും എത്രയൊക്കെ ഉപദ്രവം നാം കാടിനോടു ചെയ്താലും കാട് അതു പൊറുത്ത് മനുഷ്യനു വേണ്ടത് വീണ്ടുംവീണ്ടും നൽകുന്നു. വിഭവങ്ങളുടെ വറ്റാത്ത ഉറവിടമാകുന്നു. പച്ചപ്പിന്റെയും ശുദ്ധവായുവിന്റെയും മേൽക്കൂര ആകുന്നു. മനുഷ്യന് ആവശ്യമായ ജലം ധാരാളമായി നൽകുന്നു. ഭീമസേനന് ആവശ്യം വന്നപ്പോൾ ഹിഡുംബി തന്റെ പ്രിയപുത്രനായ ഘടോൽകചനെ ഭീമനു സഹായത്തിന് അയച്ചതുപോലെ.

കാടിന്റെ നിയമങ്ങൾ നേരും നെറിയുമുള്ളതാണ്. തന്നിലേക്കു വരുന്നവരെ അവൾ തന്റെ വന്യവശ്യസൗന്ദര്യം കൊണ്ട് ആകർഷിക്കുന്നു. സമാധാനമായി നടന്നു പോകുന്നവർക്ക് സമാധാനം പ്രദാനം ചെയ്യുന്നു. എന്നാൽ വേട്ട എന്ന ക്രൂരതയുമായി വരുന്നവരെ ചിലപ്പോൾ കാട് വിഴുങ്ങിക്കളയുകയും ചെയ്യും. കാടിന്റെ സൗന്ദര്യം ആസ്വദിച്ച് ഉയരങ്ങളും താഴ്ചകളും താഴ്‌വാരങ്ങളും താണ്ടുമ്പോൾ, ഇത്തരമൊരു താരതമ്യം മനസ്സ് അറിയാതെ നടത്തിപ്പോകുന്നു. തെളിനീര് ഒഴുകുന്ന കാട്ടരുവികളും നീർച്ചോലകളും ഉള്ളിൽ കുളിരു പോലെ പതയുന്നു.

കാട് ഒരനുഭവമാണ്. കാടു പൂവിട്ടു നിൽക്കുമ്പോൾ അവിടേക്ക് സമാധാനകാംക്ഷികളായി എത്തുന്നവരെല്ലാം സമാധാനത്തിലാകുന്നു. കാട് വന്യമായ ശക്തിയിലാകുമ്പോൾ ഒരാൾക്കും അതിനെ നേരിടാനുമാകില്ല. കാടിന്റെ വശ്യസൗന്ദര്യം എല്ലാ തരത്തിലുമുള്ള സ്ത്രീ സൗന്ദര്യത്തോട് മാത്രമാണ് എനിക്ക് ഉപമിക്കാൻ ആവുക. വന്യതയും സൗന്ദര്യവും ശാന്തതയും കുളിർമയും കൊണ്ട് അവൾ ഒരു സ്ത്രീ ആകുന്നു.

കാടു വീണ്ടും പൂവിടുന്നു.

OO

"I'm always astonished by a forest. It makes me realise that the fantasy of nature is much larger than my own fantasy. I still have things to learn."

- Gunter Grass

2
മഴയുടെ ആരവം
അനുരാധ. പി

രണ്ടുദിവസമായി മഴ, തണുപ്പ്. കാലം തെറ്റി കൊടുങ്കാറ്റിന്റെ തോളിലേറിവന്ന കാലവർഷം. തിരക്കൊഴിഞ്ഞ് സന്ദേശങ്ങൾ വായിക്കുമ്പോൾ അറിഞ്ഞു, മനസ്സ് ഇപ്പോഴും അവിടെത്തന്നെ. മൗനം ഘനീഭവിച്ച നിശബ്ദ താഴ്‌വാരത്തിൽ, മഴയുടെ സങ്കീർത്തനങ്ങൾ ആലപിക്കാനായി ഒരു യാത്ര. സൈലന്റ് വാലിയിലേക്ക്! കനവോ, നിനവോ? ഓരോ യാത്രയും ഓരോ അനുഭൂതി പകരുന്നു. മഴമേഘം കണ്ട മയിലിനെപ്പോലെ ആത്മാവ് ആനന്ദനൃത്തം ആടുകയാണ്. ഇത് പുതുമയാർന്ന ഒരനുഭവം. കൃഷ്ണവനത്തെ നൊന്തു പ്രസവിച്ച സുഗതകുമാരി ടീച്ചറുടെ സഖി ശാന്തടീച്ചർ ഒരുവിധ നാട്യങ്ങളും ഇല്ലാതെ വർത്തമാനം പറഞ്ഞു. അൽപനേട്ടങ്ങളിൽ അഹങ്കരിക്കുന്ന മനുഷ്യസ്വഭാവം, ലേശവും ഇല്ലാതെ, അട്ടപ്പാടിയിലെ ആദിവാസികളെ തൊട്ടറിഞ്ഞ ടീച്ചർ, കഥാകാരി, കവി, അടുത്തുനിന്നപ്പോൾ തന്നെ അറിഞ്ഞു, ഇത് ഒരു വേറിട്ട അനുഭവം തന്നെയാകും, തീർച്ച.

കേരളത്തിന്റെ പല ഭാഗങ്ങളിൽ നിന്നും വന്ന കുറേപേർ, റെയിൽവേ സ്റ്റേഷനിൽ ചിരപരിചിതരെപോലെ കണ്ടുമുട്ടി, പേരുകൾ കൈമാറി, ദുർഗയെ കാത്തുനിന്ന നിമിഷം. ട്രെയിനിൽ ഏറിക്കഴിഞ്ഞ്, ഉറക്കമില്ലാത്ത ദുർഗയുടെ വിഹ്വലതകൾ പങ്കുവയ്ക്കാൻ മനസ്സ് വെമ്പൽകൊണ്ടു. ഒറ്റപ്പെട്ടുപോയ മീനാക്ഷി, ദൂരെ കമ്പാർട്ട്മെന്റിൽ ആയ സേതു, മഞ്ജു, ഇനിയും ട്രെയിനിൽ കയറാനായി ഉറക്കമിളച്ച് എറണാകുളത്തും തൃശ്ശൂരും കാത്തിരിക്കുന്ന മുംതാസ്, കയ്യുമ്മു അങ്ങനെ എത്ര ഉത്കണ്ഠകൾ! ഒടുവിൽ എല്ലാവരും എത്തിയെന്ന് ഉറപ്പുവരുത്തുമ്പോഴേക്കും വണ്ടി പാലക്കാട് എത്തിയിരുന്നു. കാത്തിരിപ്പുകേന്ദ്രത്തിൽ ഇരുന്നും നടന്നും ഒക്കെ ട്രാവ

ലർ എത്തുന്നതുവരെ സമയം പോക്കിയപ്പോൾ കൂട്ടുകാരെ കൂടുതൽ പരിചയപ്പെടാൻ കഴിഞ്ഞു. പന്ത്രണ്ടുകാരി ലക്ഷ്മി പാർവതി മുതൽ മണ്ണാർക്കാടു നിന്നു കയറിയ എഴുപത്തൊന്നുകാരി ജമീല വരെ, സ്ത്രീകളുടെ വൈവിധ്യം. വിവിധ വേഷങ്ങൾ, വിവിധ ഭാവങ്ങൾ. നാലുപേർ മഴയുടെ സങ്കീർത്തനങ്ങൾ പാടിയവർ, മറ്റുള്ളവർ യാത്രയെ പ്രണയിച്ചവർ. പക്ഷേ, എല്ലാവർക്കും ഒരേ ഒരു ലക്ഷ്യം.

ടെമ്പോട്രാവലർ കുതിച്ചുപായുകയാണ്. പ്രഭാതഗീതം കേൾക്കാൻ ആഗ്രഹിച്ച മുംതാസിന് ഡപ്പാം കൂത്തിട്ട് ചേട്ടൻ നല്ല പണി നൽകിയപ്പോൾ, മുംതാസ് തലയിൽമുണ്ടിട്ട് കൂർക്കംവലിച്ചു പ്രതിഷേധിച്ചു. അമ്പത്തെട്ടുകാരിക്ക് കൂട്ട് ഇരുപത്തിമൂന്നുകാരി. എത്ര വേഗമാണ് അന്നാദ്യമായി കണ്ട രണ്ടുപേർ അനുഭവങ്ങൾ പങ്കുവെച്ചത്! മനസ്സിലെ നൊമ്പരം ഒന്ന് കണ്ണുചിമ്മുക പോലും ചെയ്യാതെ, ചെറിയ ചിരിയോടെ മീനാക്ഷി തുറന്നുകാട്ടിയപ്പോൾ അതു മനസ്സിലാവാത്തപോലെ ഭാവിച്ചു മറ്റെന്തൊക്കെയോ ഉരുവിട്ട് ഞാൻ ഇരുന്നതു മനപ്പൂർവ്വമല്ല. ഞാനൊരു കേൾവിക്കാരി മാത്രം. ഒരു ചോദ്യത്തിനും എനിക്കുത്തരമില്ല. ഒന്നുമാത്രം അറിയാം. കാരണം തേടി പോകാനുള്ള വ്യഗ്രത, പരിഹാരം കണ്ടെത്താൻ കഴിഞ്ഞാൽ നമ്മുടെ ജീവിതം എത്ര എളുപ്പമായേനെ എന്ന്. മണ്ണാർക്കാട്, അൽപം നീണ്ട കാത്തിരിപ്പ് വേളയിൽ, കുടിച്ച ചൂടു ചായ മനസ്സിന് ആശ്വാസം പകർന്നു. എല്ലാവരും എത്തിയതോടെ വണ്ടി മുന്നോട്ട്.

വിടരുന്ന പ്രഭാതത്തിൽ നിഴലുപോലെ തെല്ലകലെ സഹ്യാദ്രി. കോടമഞ്ഞിന്റെ നേർത്ത പുതപ്പ് തെല്ലു നീക്കിയും, ചിലപ്പോഴൊക്കെ തലവഴി മൂടിയും, നിദ്ര വിടാൻ മടിക്കുന്ന മലനിരകൾ. ഈ നിമിഷങ്ങൾ എന്റെ മാത്രം സ്വന്തം. എന്റെ മനസ്സ് പറഞ്ഞതെല്ലാം നീലഗിരിക്കുന്നുകൾ കേട്ടുവോ? ഹെയർപിൻ വളവുകൾ കഴിഞ്ഞ്, 'എത്തി' എന്നു കരുതുമ്പോഴേക്കും വണ്ടി പെട്ടെന്നുനിന്നു. ഫാൻ ബെൽറ്റ് പൊട്ടി! ദുർഗയുടെ മുഖത്ത് ആശങ്ക. മറ്റുചിലർക്ക് അസഹ്യതയും. ഇറങ്ങുന്നതിനു മുൻപ് പരിശോധിച്ചില്ല എന്ന് ആരോ ആവലാതിപ്പെട്ടത് ലക്ഷ്യമണയാനുള്ള തിടുക്കംമൂലം ആവാം. പക്ഷേ, ആ കാത്തിരിപ്പിൽ കണ്ട അപൂർവ്വ കാഴ്ച! കറുത്ത, അഴകാർന്ന നീണ്ട ഉടലും, ശരീരത്തിൽ നിന്നു വേർപെട്ടതുപോലെ നീണ്ട രണ്ടു തൂവലും, അതിന്റെ അറ്റത്ത് വിശറിയും ആയി ഇരട്ടവാലൻ കിളികൾ. ഒന്നും രണ്ടും അല്ല, അനേകം. ഒപ്പം കുരങ്ങന്മാരും! യാത്രയിലാകെ കാണാൻ കഴിഞ്ഞ പക്ഷികൾ ഇവ മാത്രമാ

ണെന്ന് പിന്നീട് ഓർത്തപ്പോൾ അവയോടു പ്രത്യേക സ്നേഹം.

മുക്കാലിയിലെ വനം വകുപ്പ് ഡോർമറ്ററിയിലെത്തുമ്പോൾ ദേഹശുദ്ധി വരുത്തുക എന്ന ചിന്ത മാത്രമേ ഉണ്ടായിരുന്നുള്ളൂ. ഒന്നിനുമുകളിൽ ഒന്നായി കട്ടിലുകൾ അടുക്കിയ ഡോർമറ്ററി പക്ഷേ, പൊടിനിറഞ്ഞിരുന്നു. ജനാലയ്ക്ക് പുറത്തു കണ്ട കവുങ്ങിൻ തോട്ടത്തിന്റെ ചിത്രം എടുക്കുന്ന തിരക്കിൽ ചിലർ. എല്ലാം കൗതുകങ്ങൾ! തണുത്ത വെള്ളത്തിലെ കുളി ആത്മാവിൽവരെ കുളിർ കോരിയിട്ടു. ഞാനിതാ ഇവിടെ, പ്രകൃതിയുടെ മടിത്തട്ടിൽ, മനുഷ്യസ്പർശം മലീമസമാക്കാത്ത, പവിത്രയായ, കുന്തിപ്പുഴയുടെ തീരത്തേക്ക് അടുത്തുകൊണ്ടിരിക്കുന്നു. ഉന്മേഷം നിറഞ്ഞു. എല്ലാവരുടെയും ചലനങ്ങളിൽ ഉല്ലാസം. പ്രഭാതഭക്ഷണം കഴിഞ്ഞ്, മഴയുടെ സങ്കീർത്തനങ്ങൾ പാടാൻ പോവുകയാണ്, മഴക്കാടിലേക്ക്... എന്ത് ആവേശം!

ഹാളിൽ ചെറിയ ഒരു കൂടിച്ചേരൽ. പിന്നീട്, എല്ലാവരും ഒരുമിച്ച് നിശബ്ദ താഴ്‌വരയിലേക്ക്. അറിയാതെ മനസ്സിൽ ഈ ജന്മത്തിന്റെ നിസ്സാരത കടന്നുവന്നു. എത്രപേർക്ക് ഈ ഭാഗ്യം ലഭിച്ചിട്ടുണ്ടാകും? കാരുണ്യവതിയായ അമ്മ ഇവിടേക്ക് വിളിച്ചതാണോ, വരൂ, എന്റെ മടിത്തട്ടിൽ ഒരുനിമിഷം തലചായ്ക്കൂ എന്ന് പറയുന്നതു പോലെ. ജീവിതം എത്രവേഗത്തിൽ മാറിമറിയുന്നു! പ്രകൃതിയിലേക്കുള്ള യാത്രയിൽ സുഹൃത്തുക്കളില്ലാതെ വിഷമിച്ച എനിക്ക് പത്തൊമ്പതു കൂട്ടുകാർ! വഴികാട്ടികളായി കാട് അറിഞ്ഞ വനപാലകരും. അക്ഷരങ്ങളെ സ്നേഹിക്കുന്നവരെ ആദരവോടെ നോക്കുന്ന പ്രിയപ്പെട്ടവർ.

പുസ്തകപ്രകാശനം എന്നാൽ ഇത്ര മധുരതരമാകുമെന്ന് ആരറിഞ്ഞു! ഭവാനിപ്പുഴ അനർഗളം ഒഴുകുകയാണ്. അരികിൽ പച്ചപ്പട്ടു പുതച്ച ഭൂമി. കുളിർമയുള്ള ജലത്തിൽ തെളിഞ്ഞ ഉരുളൻകല്ലുകൾ. ഔഷധസസ്യത്തോട്ടത്തിലൂടെ താഴേക്കിറങ്ങുന്ന പടികൾ. തേക്കും മുളകളും മറ്റനേകം വൃക്ഷങ്ങളും ചാർത്തിയ മേലാപ്പ്. സൂര്യൻ പോലും കുളിർന്നു രോമാഞ്ചമണിഞ്ഞ് മുഖംമറച്ചു. മഴമേഘങ്ങൾ മഴയുടെ സങ്കീർത്തനങ്ങൾ കേൾക്കാനായി കാതോർത്തു നിന്നു. ആ മുഹൂർത്തം പുണ്യമാക്കിക്കൊണ്ട് ഒരു ചാറ്റൽമഴ അവിടെ തങ്ങിനിന്നു. നിശബ്ദസങ്കീർത്തനങ്ങൾ പ്രകൃതിയിലേക്ക് സമർപ്പണമായി.

ബാലകുതൂഹലങ്ങൾ മനസ്സിന്റെ പെട്ടിയിൽ സൂക്ഷിച്ച കുന്നിമണികളെ പോലെ, ഇടയ്ക്കു പരതിയെടുത്ത് കളയാൻ തുടങ്ങി.

വീണ്ടും പെട്ടിയിൽ ഇട്ട കുറെ നൊമ്പരങ്ങൾ. ചിലർക്ക് നഷ്ടപ്രണയം. മറ്റു ചിലർക്ക് വിരഹം. ഇനിയും ചിലർക്ക് ഉത്തരം കിട്ടാത്ത പ്രഹേളികകൾ. എനിക്ക് ജീവിതം! മഴയുടെ സങ്കീർത്തനങ്ങൾ നിശബ്ദത ഭഞ്ജിക്കാതെ അവിടെയൊക്കെ ഒഴുകി നടന്നു. ചിലപ്പോഴൊക്കെ പദവിന്ന്യാസം പോലും കേൾപ്പിക്കാതെ ഭൂമിയിലേക്ക് ഇറങ്ങി, വീണ്ടും ഉയർന്നുപൊങ്ങി. അറ്റമില്ലാതെ നിൽക്കുന്ന വൃക്ഷങ്ങൾക്കും ഉയരെ, അകക്കണ്ണിന് മാത്രം കാണുന്ന അനന്തതയിലേക്ക് ലയിച്ചു. മലമുഴക്കിയുടെ മുഴക്കംപോലെ പ്രതിധ്വനി മാത്രം ശേഷിച്ചു. രണ്ടുവർഷമായി അടഞ്ഞുകിടന്ന സൈരന്ധ്രിയുടെ വാതായനങ്ങൾ നമുക്കായി തുറപ്പിച്ചത് താഴ്‌വരയുടെ കാരുണ്യം തന്നെയല്ലേ? കുന്തിപ്പുഴ വിളിക്കുകയാണ് വരൂ, എന്നെ അറിയൂ.

ഊണു കഴിഞ്ഞ ഉടൻ ജീപ്പ് സഫാരി. ജീപ്പിന്റെ ചക്രങ്ങൾക്ക് ഉരുളാൻ പാകത്തിന് കോൺക്രീറ്റ് ഇട്ട പാത. അങ്ങോട്ടോ ഇങ്ങോട്ടോ ആയാൽ ചെളിയിൽ പുതഞ്ഞത് തന്നെ! മഴ തുടങ്ങിയിരുന്നതുകൊണ്ട് സിംഹവാലനെ കണ്ടില്ല. മലയണ്ണാൻമാരെ കണ്ടത് തന്നെ സന്തോഷം. ഈ സഫാരി മൃഗങ്ങളെ കാണാൻ അല്ലല്ലോ. കേരളത്തിൽ ശേഷിക്കുന്ന ഏക മഴക്കാട്. നീലഗിരി കുന്നുകളുടെ തെക്കുപടിഞ്ഞാറ്, മലനിരകളാൽ ചുറ്റപ്പെട്ട, കുലീനതയോടെ നിൽക്കുന്ന കാട്. ചില സാങ്കേതിക കാരണങ്ങളാൽ ഇപ്പോൾ കുന്തിപ്പുഴ കാണണമെങ്കിൽ നിരീക്ഷണഗോപുരത്തിൽ കയറിയേ പറ്റൂ. താഴ്‌വരയെ രണ്ടായി തിരിച്ചു കൊണ്ട്, തെക്കുവടക്കൊഴുകുന്ന കുന്തിപ്പുഴയുടെ ലക്ഷ്യം, നിളയാണ്.

ഗോപുരത്തിനു മുന്നിലെ ഈറ്റക്കുടിലിന്നരികിൽ വാഹനങ്ങൾ നിർത്തി. ഉയർന്നു പോകുന്ന ഇരുമ്പു ഗോവണി. അതിൽ കുരങ്ങന്മാരെപ്പോലെ വലിഞ്ഞുകയറുന്ന ഞങ്ങൾ ശരീരത്തിന്റെ പരിമിതികൾ ഒക്കെ മറന്നു. ഉയരങ്ങൾ കീഴടക്കുമ്പോൾ ആഞ്ഞുവീശുന്ന കാറ്റും മഴയും. ഇനി ഒരിക്കൽ ലഭിക്കുമെന്ന് ഉറപ്പില്ലാത്ത അവസരം. ആശങ്കകൾ പെരുപ്പിക്കാൻ ആരുമില്ല. പരസ്പരം പ്രോത്സാഹനം മാത്രം. ഏറ്റവും ഉയരെ എത്തി. ചിത്രങ്ങൾ എടുക്കാൻ മനസ്സ് സമ്മതിച്ചില്ല. ഈ കാഴ്ച മനസ്സിന്റെ താളുകളിൽ ഒപ്പിയെടുക്കേണ്ടതാണ്. ഒടുവിൽ, സമയരഥത്തിൽ സഞ്ചരിച്ച്, അനന്തതയുടെ തീരത്ത് എത്തുമ്പോൾ, പതിയെ ആത്മാവിൽ ശാന്തി നിറയ്ക്കേണ്ട കാഴ്ച. നിശബ്ദതയുടെ ചിത്രം. ചുറ്റും ഒരുനിറം മാത്രം പച്ച. പക്ഷേ, പല ഭാവങ്ങളിൽ. മുളങ്കാടിനൊരു പച്ച, ഇടതൂർന്ന

വൃക്ഷങ്ങൾക്ക് വേറൊന്ന്. കുന്തിപ്പുഴ അങ്ങനെ ഒഴുകുകയാണ്. ഈ ഉയരത്തിൽ കാറ്റിന്റെ സംഗീതം മാത്രം. പക്ഷേ, അതിലും ഒരു നിശബ്ദത!

നന്ദി, ഈ അനുഭൂതിക്ക്. ക്ഷീണം ശരീരത്തിനെ കീഴടക്കുമ്പോഴും അടുത്ത പ്രഭാതത്തിലെ മഴനടത്തത്തെക്കുറിച്ച് ഓർത്തു.

രാവിലെ 7.30-ന് തുടങ്ങിയ കാടുകാണൽ, അട്ടയെ തിരയലായി മാറിയത് നിമിഷങ്ങൾക്കുള്ളിലാണ്! സ്വാഗതം ചെയ്യാൻ മലയണ്ണാന്മാർ. നിശബ്ദതയെ ഭഞ്ജിച്ച ചീവീടുകളുടെ ശബ്ദം അമ്പരപ്പുളവാക്കി. പ്രതീക്ഷകൾ തെറ്റുകയാണ്. മനുഷ്യൻ എന്ന, ഏറ്റവും ക്രൂരനായ ഇരപിടിത്തക്കാരൻ, മൃഗങ്ങളെയും പക്ഷികളെയും മാത്രമല്ല, അവനെ പാലൂട്ടി വളർത്തിയ, അവനു വിശ്രമിക്കാൻ മടിത്തട്ടു നൽകിയ, ദാഹശമനത്തിന് സ്വന്തം നീരു നൽകിയ മാതാവിനെ, പ്രകൃതിയെതന്നെ, ആർത്തിമൂത്ത് കീറിമുറിച്ച് അവളുടെ കൈകാലുകൾ അരിഞ്ഞ്, പച്ചപ്പട്ട് വലിച്ചെറിഞ്ഞ്, വരുത്തുന്ന വിന-ആഗോളതാപനം, ഇവിടെയും. വർദ്ധിക്കുന്ന താപത്തിനനുസരിച്ച് താഴ്‌വരയിലെ നിശബ്ദത ഭൂമിയുടെ അന്തരംഗങ്ങളിലേക്ക് ഒഴുകിത്തുടങ്ങി. ഇവിടെയും ചീവീടുകൾ എത്തി. തുടക്കത്തിൽ ഇരുപുറവും കുരുമുളകും കാപ്പിയും. പോകെപ്പോകെ വനം നിബിഡമായി. സൂര്യൻ കടന്നുവരാൻ മടിച്ചുനിന്നു. വഴിയിൽ നീളെ അട്ടകൾ കുതിച്ചുചാടാൻ തയ്യാറായി നിന്നു. ഒന്നിനെ അടർത്തിയെറിയാനുള്ള ശ്രമത്തിൽ അനേകം പൊതിയുന്നു!

ഒടുവിൽ കാടിനെ കാണാൻ, ഇരുപുറവുമുള്ള വെള്ളച്ചാട്ടങ്ങളിൽ വിരൽ മുക്കാൻ തീരുമാനിച്ച് മുന്നോട്ട്. എത്ര സുന്ദരമാണ് നടത്തം! ചെറിയ ചാറ്റൽ മഴ നനഞ്ഞ്, മരങ്ങളോട് കിന്നാരംപറഞ്ഞ്, കുളിർജലത്തിൽ തലോടി, നിശബ്ദതയെ സ്നേഹിച്ച്, അതിന്റെ ആഴങ്ങളിലെ ആഹ്ലാദാരവങ്ങൾ ശ്രവിച്ച് തിരികെ വന്നപ്പോൾ വിലപ്പെട്ടത് എന്തോ മറന്നു വച്ചതുപോലെ. ഒരുപക്ഷേ മനസ്സാകുമോ?

കുളിയും, പ്രഭാതഭക്ഷണവും കഴിഞ്ഞ് അട്ടപ്പാടിയിലേക്ക്, കൃഷ്ണവനത്തിലേക്ക്, ഒരു തീർത്ഥയാത്ര. വഴിയോരത്തുകണ്ട മലനിരകളുടെ അടുത്ത് വണ്ടി ഒതുക്കുമ്പോൾ, ഒരു ചെറിയ ക്ഷേത്രം, മല്ലീശ്വര ക്ഷേത്രം. കോടമഞ്ഞു പുതച്ച് അതിരില്ലാത്ത ആകാശം ഭേദിച്ച് നിൽക്കുകയാണ് ഒരു മുടി! കരുവാര ഊരിലെ മല്ലിയെ കണ്ടു മോഹിച്ച പരമേശ്വരന്റെ നിരാശയിൽ നിന്നുണ്ടായ ഘോര തപസ്സ്. തപഃശക്തിയിൽ ഉയർന്നുപൊങ്ങിയ മുടി ആകാശം മറയ്

ക്കുമോ എന്നു ഭയന്ന ഊരുകാർ ശാപമോക്ഷത്തിനു നാൽപ്പത്തൊന്നുനാൾ വ്രതം നോറ്റ് ശിവരാത്രിവിളക്ക് തെളിക്കാമെന്ന അപേക്ഷയിൽ തപസ്സ് അവസാനിപ്പിച്ചു. പക്ഷേ, ശാപം ഒഴിഞ്ഞില്ല. കരുവാര ഊരുകാർക്കു മാത്രം മല്ലീശ്വര മുടിയിലെ വിളക്ക് ദൃശ്യമാകില്ല- ഇന്നും. സാമൂതിരിയുടെ കൊട്ടാരത്തിൽ നിന്നെത്തുന്ന എണ്ണയും തിരിയും, യാത്രയുടെ കാഠിന്യവും, ഒക്കെ ശബരിമല യാത്രയെ ഓർമിപ്പിക്കുന്നു. ശാസ്ത്രവും ഐതിഹ്യവും ഒക്കെ കെട്ടുപിണഞ്ഞു കിടക്കുന്ന സുന്ദരമായ കഥ.

വീണ്ടും മുന്നോട്ടുപോകുമ്പോൾ സൂര്യമുഖികൾ പൂത്തുലഞ്ഞ മേട്. ആ മേട് മഞ്ഞക്കാടാക്കി മാറ്റിയ സൗന്ദര്യം! മുന്നോട്ടുപോയപ്പോൾ പഞ്ചക്കാടുകൾ കണ്ടു. ഫലഭൂയിഷ്ഠത നിലനിർത്താൻ വേണ്ടി ആദിവാസികൾ ഒരു സ്ഥലത്ത് കൃഷി ചെയ്ത്, കുറെ കഴിയുമ്പോൾ മറ്റൊരിടത്ത് അടുത്ത പഞ്ചക്കാട് ഉണ്ടാക്കുന്നു. നൂറ് ഹെക്ടറിൽ പരന്നുകിടക്കുന്ന, ഒരുപിടി പ്രകൃതിസ്നേഹികളുടെ നിശ്ചയദാർഢ്യവും, ആദിവാസികളുടെ കഠിനാധ്വാനവും, ഗവൺമെന്റിന്റെ ഫണ്ടിങ്ങും കൂടി ചേർന്ന് യാഥാർത്ഥ്യമാക്കിയ സ്വപ്നം, കേരളത്തെ വീണ്ടും പച്ചപിടിപ്പിക്കാൻ നടത്തിയ ശ്രമങ്ങൾ ഫലവത്തായി. മൊട്ടക്കുന്നുകളായിരുന്ന അട്ടപ്പാടിയിൽ സുഗതകുമാരി ടീച്ചറിന്റെ നേതൃത്വത്തിൽ വനമാക്കി മാറ്റാനുള്ള ശ്രമം വിജയം കണ്ടു. അതാണ് കൃഷ്ണവനം.

അവിടെ എത്തിയപ്പോൾ വനംവകുപ്പുദ്യോഗസ്ഥൻ മുന്നറിയിപ്പ് നൽകി, ഒറ്റയാൻ അടുത്തെവിടെയോ ഉണ്ട്. നിശബ്ദത പാലിക്കേണ്ടത് അത്യാവശ്യം. കെട്ടിടത്തിന്റെ മുറ്റത്തുള്ള ചന്ദനമരത്തിൻ ചുവട്ടിലൂടെ ഹാളിൽ എല്ലാവരും ഒത്തുകൂടിയപ്പോൾ കൂട്ടിന് കാക്കതമ്പുരാട്ടിമാരുമെത്തി. ബുദ്ധമയൂരി, കേരളത്തിന്റെ ഔദ്യോഗിക ചിത്രശലഭ സുന്ദരിയെ കണ്ടപ്പോൾ എല്ലാം മറന്നു. എത്ര സുന്ദരി! ആദ്യം മോഹിപ്പിച്ച് അരികെ എത്തി. ഞൊടിയിടയിൽ ദൂരേക്ക് പറന്നു പോയി! അനേകംപേർ ചൂഷണം ചെയ്തിട്ടും, ഒരു നനുത്ത സ്പർശനത്തിൽ പടർന്നു പന്തലിച്ച പ്രകൃതിയെ ആദരവോടെ അല്ലാതെ എങ്ങനെ നോക്കിക്കാണാൻ? അടിക്കാടുകൾ നിബിഡവനമായി, പുൽമേടുകൾ വൃക്ഷക്കാടുകളായപ്പോൾ മൃഗങ്ങൾ മേച്ചിൽപ്പുറങ്ങൾ തേടി കൃഷ്ണവനത്തിലെത്തി. കരിമ്പുലി പുള്ളിപ്പുലി തുടങ്ങി ഏറ്റവും കൂടുതൽ മൃഗങ്ങൾ ഈ കാട്ടിൽ സുലഭം. കേരളത്തിലെ കാടുകളെ രക്ഷിക്കാൻ മുൻകൈയെടുത്ത കവി ഒടുവിൽ ആരവങ്ങൾ ഇല്ലാതെ നിശബ്ദയായി ആ കാട്ടിലേ

ക്ക് തിരികെ എത്തിയെന്ന് വിശ്വസിക്കാനാണ് ഇഷ്ടം.

അവിടെ കൂടിയിരുന്ന്, 'രാത്രി മഴ' പാടുമ്പോൾ, ശാന്ത ടീച്ചറിന്റെ അനുസ്മരണ കവിതയിലെ വാക്കുകൾ നൊമ്പരം ഉണർത്തിയപ്പോൾ, മറ്റേതോ ലോകത്തിലെത്തിയ പ്രതീതി. ഒരു സ്ത്രീയുടെ ഇച്ഛാശക്തി ഇത് സാധ്യമാക്കി എന്നോർക്കുമ്പോൾത്തന്നെ സ്ത്രീയെന്നതിൽ അഭിമാനം തോന്നി. അബലയെന്നും, ചഞ്ചലയെന്നും ഒക്കെ പുരുഷൻ മുദ്രകുത്തുന്ന, ചട്ടക്കൂടുകളിൽ ഒതുക്കാൻ ശ്രമിക്കുന്ന, എല്ലാ സ്ത്രീകൾക്കും കൃഷ്ണവനം പ്രചോദനമാകട്ടെ!

മടക്കയാത്രയിൽ മനസ്സിലൊരു വിങ്ങൽ. പിന്നെ ശൂന്യത. പരിഷ്കൃതലോകത്ത് എത്തിയപ്പോൾ കാലിൽ പറ്റിപ്പിടിച്ച അട്ടകൾ ബോധത്തിലേക്കു കടന്നു വന്നു. അവയെ അടർത്തിമാറ്റി, പകരം പ്രകൃതി നൽകിയ സ്നേഹസൂചകങ്ങളെ നെഞ്ചേറ്റി. ആദിവാസികളുടെ നോവുകളെ, സത്യത്തെ വളച്ചൊടിക്കുന്ന, അവൻ നേരിടുന്ന ചൂഷണത്തെ നിസ്സാരവൽക്കരിക്കുന്ന, അവന്റെ ഭൂമി അവനിൽ നിന്നും തട്ടിയെടുത്ത് മണിമാളികകൾ നിർമ്മിക്കുന്ന, അവന്റെ പെണ്ണിന്റെ മാനത്തിനു വില പറയുന്ന, അവനെ നിത്യരോഗിയാക്കുന്ന, അവന്റെ കുഞ്ഞുങ്ങളെ അനാഥരാക്കുന്ന, പരിഷ്കൃത സമൂഹം.

എല്ലാം അറിഞ്ഞിട്ടും ഉറക്കം നടിക്കുന്നവരിൽ ഒരാളാവാൻ നമുക്കിനി കഴിയുമോ? നിശബ്ദതാഴ്വരയുടെ ശബ്ദമാകാൻ കഴിഞ്ഞില്ലെങ്കിൽ സങ്കീർത്തനങ്ങൾ പാടിയിട്ട് എന്തുകാര്യം?

വരൂ, നമുക്ക് കൈകോർക്കാം.

വളർത്താം നമുക്കു കൃഷ്ണവനങ്ങൾ...

○○

"To me a lush carpet of pine needles or spongy grass is more welcome than the most luxurious Persian rug."

- Helen Keller

3

മഴയോടൊപ്പം

പ്രീന ആർ. എസ്.

പത്തൊൻപതു പേർ, വ്യത്യസ്ത പ്രായക്കാർ, ഒരു യാത്ര, ഒരേ മനസ്സ്-ഒറ്റവരിയിൽ 'ആരണ്യകം' യാത്രയെ ഇങ്ങനെ വിശേഷിപ്പിക്കാം. ഒരേ യാത്രയെങ്കിലും അവനവന്റെ ചുറ്റുപാടുകൾ വിട്ടുള്ള യാത്രാനുഭവങ്ങളുടെ ചൂടുംചൂരും പലർക്കും പലതാകുമല്ലോ. അതാണ്, ഈ യാത്രയെക്കുറിച്ചെഴുതാൻ എനിക്കും പ്രേരണയായത്.

പൊതുവെ യാത്രാപ്രേമിയായ ഞാൻ പലതരം യാത്രാഗ്രൂപ്പുകളിലും അംഗമാണ്. പുതിയ പുതിയ യാത്രകൾ സംബന്ധിച്ച വിവരങ്ങൾ എന്റെ ഫേസ്ബുക്കിൽ മിന്നി മാഞ്ഞുപൊയ്ക്കൊണ്ടിരിക്കും. ഒരിക്കൽ അവിടെയൊക്കെ പോകണമെന്ന ആത്മഗതത്തോടെ ദീർഘനിശ്വാസം പൊഴിച്ച്, കണ്ണ് അടുത്ത നോട്ടിഫിക്കേഷനിലേയ്ക്ക് മാറിമാറി പോകും. അത്തരം ഒരു സന്ദർഭത്തിലാണ് ദുർഗചേച്ചിയുടെ ഫേസ്ബുക്ക് പേജിൽ നിന്നും സൈലന്റ് വാലിയിലേക്കുള്ള ഒരു മഴനടത്തത്തെക്കുറിച്ച് അറിഞ്ഞത്. യാത്ര സ്ത്രീകൾക്കുമാത്രമാണ്. പലപ്പോഴും ഇത്തരം പെൺകൂട്ടായ്മകളെക്കുറിച്ചു കേട്ടിട്ടുണ്ടെങ്കിലും അവയിലൊന്നും ഭാഗഭാക്കാകാൻ കഴിഞ്ഞിട്ടില്ല. വൈൽഡ് ലൈഫ് ഫോട്ടോഗ്രാഫിയിൽ താല്പര്യമുള്ള എനിക്ക് സൈലന്റ്വാലി എന്ന പേരിനപ്പുറം രണ്ടാമതൊന്നു ചിന്തിക്കേണ്ടി വന്നില്ല. യാത്രയെക്കുറിച്ച് കൂടുതൽ ചോദിച്ചറിഞ്ഞു. ഫെമിൻഗോ ബുക്ക്സ് പ്രസിദ്ധീകരിക്കുന്ന കേരളത്തിലെ വിവിധഭാഗങ്ങളിൽ നിന്നുള്ള ഇരുപത്തഞ്ച് സ്ത്രീകൾ എഴുതിയ മഴ അനുഭവങ്ങൾ, ഭവാനി പുഴയുടെ തീരത്ത് മഴയിൽ നനഞ്ഞ് ഒരു പുസ്തക പ്രകാശനം കൂടി യാത്രയോടൊപ്പം ഉണ്ടാകും. യാത്ര, മഴ, പുസ്തകം ഇവ മൂന്നും പ്രിയപ്പെട്ട കൂട്ടുകാർ തന്നെ.

കാട് പൂക്കും കാലം

കുന്തിപ്പുഴയും സൈലന്റ്വാലിയുമൊക്കെ പഠിക്കുന്ന കാലത്ത് ഒരുപാട് കേട്ടിട്ടുള്ളതാണ്. 22 കിലോമീറ്റർ മനുഷ്യസ്പർശം ഏൽക്കാതെ ഒഴുകുന്ന, പാണ്ഡവർ വനവാസകാലത്ത് താമസിച്ചിരുന്നുവെന്നു കരുതപ്പെടുന്ന സൈരന്ധ്രിക്കാടുകളിൽ കൂടി ഒഴുകുന്ന പുഴ. ആ പേരിലും കുറച്ചു കൗതുകമൊക്കെ ഉണ്ട്. കുന്തീദേവി കുളിച്ചത് കൊണ്ടാണത്രേ ആ പേരു വന്നതെന്ന് ഒരു പക്ഷം, അതല്ല നിറയെ കുന്തിരിക്കത്തിന്റെ മരങ്ങൾ ഈ പുഴയുടെ തീരത്ത് കാണപ്പെടുന്നതു കൊണ്ടാണ് ഈ പേരു വന്നതെന്ന് മറുപക്ഷം. ഇതിഹാസങ്ങളിലൂടെയാണ് നമ്മുടെ യാത്ര. റെഡ് ഡേറ്റ ബുക്കിൽ ഇടംപിടിച്ച സിംഹവാലൻ കുരങ്ങും, കരിങ്കുരങ്ങും ആനയും, അങ്ങനെ ജൈവവൈവിധ്യം കൊണ്ടു നിറഞ്ഞ വനപ്രദേശം. ക്യാമറക്കണ്ണിനു പാകത്തിൽ എന്തെങ്കിലും കിട്ടുമെന്ന് മോഹിച്ചു. ഫോൺ സംഭാഷണത്തിനിടെ ദുർഗച്ചേച്ചി ഏറ്റവും ആവേശത്തോടെ സംസാരിച്ചത് കൃഷ്ണവനത്തെക്കുറിച്ചാണ്. അതിനെപ്പറ്റി വഴിയേ പറയാം. സാധ്യമെങ്കിൽ മകളെ കൂടി കൂട്ടൂ, അവൾക്കും യാത്രയും പുസ്തകങ്ങളും ഇഷ്ടമുള്ളതാണല്ലോ. ശരിയാണ്, ഈ യാത്ര വലിയൊരു കാൻവാസിൽ പകർത്താനായില്ലെങ്കിലും അവളുടെ കുഞ്ഞുമനസ്സിനു പ്രിയപ്പെട്ട ചില ഓർമ്മകൾ സമ്മാനിക്കും എന്നെനിക്കുറപ്പുണ്ടായിരുന്നു.

ഏതു യാത്രയ്ക്കു മുൻപും പോകുന്ന സ്ഥലങ്ങളുടെ പ്രത്യേകതകളെക്കുറിച്ച് ഒരു വിവരശേഖരണം നടത്തുക പതിവാണ്. യൂട്യൂബിൽ സൈലന്റ്വാലിയെക്കുറിച്ചുള്ള യാത്രാവിവരങ്ങൾ കണ്ടു. കൃഷ്ണവനത്തെക്കുറിച്ചും അതിനുപിന്നിൽ നടന്ന പോരാട്ടങ്ങളെക്കുറിച്ചും ധാരാളം വായിച്ചു. ജൂലൈ ഒന്നിനു വൈകുന്നേരമാണ് യാത്ര. പതിവ് ഓഫീസ് ജോലികൾക്കിടയിലും മനസ്സിൽ പുതിയൊരു സംഘത്തോടൊപ്പമുള്ള യാത്രയുടെ അങ്കലാപ്പുകൾ ഇടയ്ക്കിടെ വന്നുകൊണ്ടിരുന്നു. വൈകുന്നേരം സഹപ്രവർത്തകർ യാത്രാമംഗളങ്ങൾ നേരുമ്പോൾ അവരുടെ മനസ്സിലും പെയ്തു തോരാത്ത മഴയിൽ കുതിർന്നു നിൽക്കാനുള്ള വെമ്പൽ ഉള്ളതായി തോന്നി. റെയിൽവേസ്റ്റേഷനിൽ എത്തിയപ്പോൾ ഇരുട്ടു പരന്നിരുന്നു. അതിന്റെ മുൻഭാഗത്തായി ഒരു ചെറിയ പെൺകൂട്ടം. പരസ്പരം അറിയാത്തതിന്റെ അങ്കലാപ്പോടെ എന്നാൽ ഒന്നാണെന്നുള്ള ഒറ്റ തിരിച്ചറിവിന്റെ സുരക്ഷിതത്വത്തിൽ കുറെ ലെഗേജുമായി നിൽക്കുന്നു. വാഹനങ്ങളിൽ നിന്നും ഇറങ്ങിവരുന്ന ഓരോരുത്തരെയും അവർ സൂക്ഷമായി ശ്രദ്ധിക്കുന്നുണ്ട്. മഴ നനയാൻ

വന്നവരെ അവർ പെട്ടെന്നു തിരിച്ചറിഞ്ഞു. യാത്ര ആരംഭിച്ചു. അപരിചിതത്വം ഇല്ലാതെ എല്ലാവരും സംസാരിക്കുന്നുണ്ട്. പിറ്റേന്ന് പുലർച്ചെ മൂന്നരയോടെ റെയിൽവേസ്റ്റേഷനിൽ എത്തി. അഞ്ചുമണിക്കേ സൈലന്റ്വാലിയിലേക്ക് പുറപ്പെടുന്ന ട്രാവലർ എത്തുകയുള്ളു. സമയം ഇനിയും ബാക്കി. സംസാരിക്കാൻ കിട്ടിയ സമയം ആരും പാഴാക്കിയില്ല. പൊതുവെ സംസാരപ്രിയയായ എന്നെപ്പോലെ പത്തൊമ്പതുപേർ. സൈലന്റ്വാലി നാളേം അവിടത്തന്നെ ഉണ്ടാവുമല്ലോ എന്ന സുഹൃത്തിന്റെ വാട്സാപ് ചാറ്റ് ഓർത്തു ചിരിച്ചു പോയി.

റെയിൽവേസ്റ്റേഷനിൽ നിന്നും സൈലന്റ്വാലിയിലേക്കുള്ള യാത്രയിൽ മലകളും പച്ചപ്പും മഞ്ഞും നിറഞ്ഞ പ്രഭാതം സ്വപ്നമോ സത്യമോ എന്നറിയാതെ മയക്കത്തിന്റെ ആലസ്യത്തിൽ കടന്നു പൊയ്ക്കൊണ്ടിരുന്നു.

പുസ്തകപ്രകാശനം ആയിരുന്നു ആദ്യത്തെ പരിപാടി. എസ്. വിനോദ് ഐ.എഫ്.എസ് ആണ് പുസ്തകം പ്രകാശനം ചെയ്യുന്നത്. അതുകൊണ്ടുതന്നെ വനംവകുപ്പ് ഉദ്യോഗസ്ഥരുടെ അച്ചടക്കവും ഇടപെടലും ആ സദസ്സിനെ തീർത്തും ഔപചാരികമാക്കി മാറ്റി. അവർ നമ്മളോട് സംസാരിച്ചു തുടങ്ങിയതുമുതൽ ഔപചാരികത പതിയെപ്പതിയെ മാറിവന്നു. കാടിനെ സ്നേഹിക്കുന്ന ആൾക്കൂട്ടമായതുമാറി. കാടിനോടൊപ്പമുള്ള ജീവിതാനുഭവങ്ങളും കഥകളും പരസ്പരമുള്ള ചർച്ചകളും ആ സദസ്സിനെ സമ്പുഷ്ടമാക്കി. ഉപജീവനത്തിനപ്പുറം കാടിനെ സ്നേഹിക്കുന്നവരുടെ നിർലോഭമായ കരുതലും സ്നേഹവും നമുക്കും പകർന്നു കിട്ടി. പുസ്തകപ്രകാശനം ഭവാനിപ്പുഴയുടെ തീരത്താണ്. രാജവെമ്പാലയുടെ സ്ഥിരം വരത്തു പോക്കുള്ള സ്ഥലമാണ്. സമീപമുള്ള വലിയ മുളക്കൂട്ടം അവന്റെ വാസസ്ഥലമാകാൻ സാധ്യതയുണ്ട്. ഒന്ന് കാണാൻ സത്യത്തിൽ ആഗ്രഹിച്ചിരിക്കെ വലിയ ശബ്ദത്തോടെ ഒരു മുള പൊട്ടിവീണു. ഞാൻ ഒന്ന് നടുങ്ങി. ആർത്തിരമ്പി ഒഴുകുന്ന ഭവാനിപ്പുഴയിൽ കാടിന്റെ വന്യത മുഴുവൻ ആവാഹിച്ചിരിക്കുന്നതായി തോന്നും. മഴയിൽ നനഞ്ഞുള്ള പുസ്തകപ്രകാശനം ആണ് ഉദ്ദേശിച്ചിരുന്നതെങ്കിലും ചാറ്റൽ മഴയിൽ തൃപ്തിപ്പെടേണ്ടി വന്നു. മഴ ദുർഗയുമായി ഒളിച്ചു കളിക്കുകയാണെന്ന് കൂട്ടത്തിലാരോ കളിവാക്കു പറഞ്ഞു.

അവിടെ നിന്നും സൈരന്ധ്രിയിലേയ്ക്ക് ജീപ്പിലാണ് യാത്ര. ഒരു ജീപ്പിൽ അഞ്ചുപേർ മാത്രം. ഞങ്ങളോടൊപ്പം ശാന്തടീച്ചർ

കൂടി ഉണ്ടായിരുന്നു. ആദ്യമായി കേരളത്തിലെ ആദിവാസികളെക്കുറിച്ചുള്ള സമ്പൂർണപഠനഗ്രന്ഥം എഴുതിയ വ്യക്തിത്വമാണ് ടീച്ചർ. യാത്രയിലുടനീളം കാടിനെക്കുറിച്ചും കാടിനെ ഹൃദയത്തിൽ പേറുന്ന കുറേ എളിയ മനുഷ്യരെക്കുറിച്ചും പുസ്തകം എഴുതുന്ന സമയത്ത് ഓരോ ഊരുകാരേയും നേരിട്ടുകാണാൻ പോയ അനുഭവങ്ങളും ഞങ്ങളുമായി പങ്കുവച്ചു. കൊച്ചുകൊച്ചു തമാശകളും കളിയാക്കലുകളുമായി ദുർഘടമായ റോഡിലൂടെ പൊയ്ക്കൊണ്ടിരുന്നു. നീർച്ചാലുകളും അരുവികളും കോർ ഏരിയയിലെ നിത്യഹരിത വൃക്ഷങ്ങളുടെ കനോപ്പി പുതുമനിറഞ്ഞതായിരുന്നു. ഈ യാത്രയിൽ ഒപ്പം കൂടാൻ കഴിഞ്ഞിരുന്നില്ലെങ്കിൽ ഒരു വലിയ നഷ്ടമായേനെ എന്നോർത്തു. ജീപ്പ് പാർക്കിങ്ങിൽ നിന്നും വാച്ച്ടവറിലേയ്ക്ക് കുറച്ചു ദൂരം നടന്നു വേണം പോകാൻ. നനുത്ത മഴയും കാറ്റും, ആഗ്രഹിച്ചതു പോലൊരു മഴനടത്തം ഞങ്ങൾക്കു സമ്മാനിച്ച് കാടു ഞങ്ങളോടുള്ള സ്നേഹം വെളിപ്പെടുത്തി. വാച്ച്ടവറിനു മുകളിൽ കയറാൻ പ്രയാസമാണ്. പലരും പിന്മാറിയെങ്കിലും ഇന്നല്ലെങ്കിൽ പിന്നെ എന്ന് എന്നുള്ള ചിന്തയിൽ ഞാൻ പിന്മാറിയില്ല. അവിടെ നിന്നു മാത്രമേ ഇപ്പോൾ കുന്തിപ്പുഴയെ കാണാൻ സാധിക്കുകയുള്ളൂ. മഞ്ഞുമൂടിയ മലനിരകൾക്കിടയിലൂടെ വളഞ്ഞുപുളഞ്ഞൊഴുകുന്ന കുന്തിപ്പുഴ.

സൈലന്റ്‌വാലി ഹൈഡ്രോ ഇലക്ട്രിക്ക് പ്രൊജക്റ്റ് (1976), 2007ൽ കേരള സർക്കാരിന്റെ ഭരണാനുമതി ലഭിച്ച പാത്രക്കടവ് പദ്ധതി എന്നിവയ്ക്കായി തിരഞ്ഞെടുക്കപ്പെട്ട ഭൂപ്രദേശം. പരിസ്ഥിതിസ്നേഹികളുടെ നിരന്തരമുള്ള പ്രക്ഷോഭങ്ങൾ കൊണ്ടുമാത്രം നടക്കാതെ പോയ രണ്ടു പദ്ധതികൾ. ദീർഘദർശികളായ ഭരണത്തലവന്മാർ വികസനത്തിൽ മാത്രം ശ്രദ്ധയൂന്നുമ്പോൾ കാത്തുസൂക്ഷിക്കേണ്ട ഇത്തരം അമൂല്യമായ ജൈവവൈവിധ്യങ്ങളെ അവഗണിക്കുന്നതെന്താകും? നിലവിലെ കണക്കുകൾ പ്രകാരം സൈലന്റ് വാലിയിലെ 385 പുഷ്പിക്കുന്ന സസ്യങ്ങളിൽ പ്രാദേശികമായി മാത്രം കാണപ്പെടുന്ന 55 ഓളം ഇനങ്ങളുണ്ട്. അതിൽത്തന്നെ ഐ.യു.സി.എൻ പട്ടികയിൽ ഇടം പിടിച്ച ഏഴിൽപ്പരം സസ്യജാലങ്ങൾ. ഇതിനൊപ്പം ചേർത്തുവായിക്കേണ്ട സസ്തനികൾ, ചിത്രശലഭങ്ങൾ, പക്ഷികൾ, ഉരഗങ്ങൾ, ശുദ്ധജല മത്സ്യങ്ങൾ, ഇവയൊന്നാകെ വെള്ളത്തിൽ മുങ്ങിപ്പോകുമായിരുന്നു. ഒരു മനുഷ്യന്റെ ശബ്ദം പോലും അസ്വസ്ഥമാക്കുന്ന കാടുകളിൽ ഡാമുകൾക്കായി, അതിലേക്കുള്ള റോഡുകൾക്കായി ഉണ്ടായേക്കാവുന്ന പാറപൊട്ടി

ക്കലും വാഹനങ്ങളുടെയും നിർമ്മാണ യന്ത്രങ്ങളുടെയും അതി തീവ്രശബ്ദവും ഏങ്ങനെയാവും ആ മിണ്ടാപ്രാണികൾ തരണം ചെയ്യേണ്ടി വരിക? വേട്ടയാടൽ മൂലമുണ്ടായ ഡോഡോ പക്ഷിയുടെ വംശനാശം, കാൽവരിയ എന്ന വൃക്ഷത്തെ അപ്പാടെ ഭൂമിയിൽ നിന്നും തുടച്ചുനീക്കിയത് ശാസ്ത്രലോകം കഴിഞ്ഞ നൂറ്റാണ്ടിൽ നേരിട്ടറിഞ്ഞ സത്യങ്ങളിൽ ഒന്നാണ്. ഒരു പ്രളയം വന്നപ്പോൾ അത്യാധുനിക മനുഷ്യർ ജീവനുവേണ്ടി പിടഞ്ഞത് ഇപ്പോഴും നമ്മുടെ കൺമുന്നിൽ ദുഃസ്വപ്നമായി ഉണ്ടല്ലോ.

അവിടെ നിന്നു നോക്കുമ്പോൾ കാണുന്ന മലകളും മരങ്ങളും പുഴയും ഒരു ഓർമ്മ മാത്രമായി ശേഷിക്കേണ്ടതായിരുന്നു. കാടേ, കാലമേ നന്ദി. എനിക്കായി ഈ നിമിഷം മാറ്റിവച്ചതിന്. മഴ ശക്തി പ്രാപിച്ചുവരുന്നു. ചുറ്റും കോടമഞ്ഞ് നിറഞ്ഞു കുറച്ചു നേരത്തേയ്ക്ക് കാഴ്ചകളെ മറച്ചു. ഞങ്ങൾ മഴയിൽ കുളിച്ചു പ്രകൃതിയിൽ അലിഞ്ഞങ്ങനെ നിന്നു. ഇപ്പോൾ പോലും കടുവയും പുലിയും നിറഞ്ഞ ഈ വനത്തിൽ കുന്തിയും പാഞ്ചാലിയുമൊക്കെ താമസിച്ചത് എന്തിനും പോന്ന ആരോഗദൃഢഗാത്രരായ അഞ്ചു ചെറുപ്പക്കാരുടെ ബലത്തിലാകണം. കുറച്ചു ദിവസങ്ങൾക്കു മുൻപ് ഒരു ഗാർഡിനെ കാണാതായ വിവരം വായിച്ചതോർത്തു. എന്തു സംഭവിച്ചെന്ന് ഒരു വിവരവും നാളിതുവരെ ലഭിക്കാത്ത ഒരു സമസ്യയാണത്. കോരിച്ചൊരിയുന്ന മഴയിൽ ഇരുട്ടിന്റെ മറവിൽ എന്താണ് സംഭവിച്ചിട്ടുണ്ടാകുക? മനുഷ്യനോ? മൃഗമോ? പലയാവർത്തി മനസ്സിനോട് ചോദിച്ചു. തിരികെ ഡോർമറ്ററിയിൽ എത്തിയപ്പോഴും മഴയുടെ കുളിരിനൊപ്പം ആ നൊമ്പരവും മനസ്സിൽ ഇടം പിടിച്ചിട്ടുണ്ടായിരുന്നു.

പിറ്റേന്ന് പുലർച്ചെയുള്ള കീരിപ്പാറ ട്രെക്കിങ്ങിനു വനംവകുപ്പ് ഉദ്യോഗസ്ഥരും ഞങ്ങളോടൊപ്പം ഉണ്ടായിരുന്നു. വഴിയിൽ തലേ ദിവസം ആനക്കൂട്ടം പോയതിന്റെ അടയാളങ്ങൾ കണ്ടു. കാടറിഞ്ഞുള്ള യാത്ര. അവരുടെ സുരക്ഷിതത്വത്തിൽ കാടിനുള്ളിൽ ഭയപ്പെടുത്തുന്ന ചിന്തകൾ ഒന്നും ആരെയും അലട്ടിയില്ല. തുടക്കത്തിൽ അട്ടയുടെ കടിയേറ്റ് അലറി വിളിച്ചവർ ട്രെക്കിങ് അവസാനിച്ചപ്പോഴേയ്ക്കും അട്ട പെറുക്കിക്കളയുന്നതിൽ വിദഗ്ദ്ധകൾ ആയിക്കഴിഞ്ഞിരുന്നു. അല്ലെങ്കിലും നമ്മൾ സ്ത്രീകൾ സാഹചര്യങ്ങളുമായി അതിവേഗം പൊരുത്തപ്പെടാൻ അസാധ്യ കഴിവുള്ളവർ ആണല്ലോ. കാടും കാട്ടരുവിയും തണുപ്പും മഴയും ആ പ്രഭാതത്തെ ഓർമയിൽ സൂക്ഷിക്കാനുള്ള ഒന്നാക്കി മാറ്റി.

കാട് പൂക്കും കാലം

കൃഷ്ണവനത്തിലേക്കുള്ള യാത്രയിൽ കണ്ട മല്ലീശ്വരൻമുടിയും ക്ഷേത്രവും അതിനെപ്പറ്റിയുള്ള കഥകളും എത്ര കൗതുകത്തോടെ യാണ് ഞങ്ങൾ കേട്ടിരുന്നത്. മഞ്ഞിൽ ഒളിഞ്ഞും മറഞ്ഞും മല്ലീശ്വ രൻ മുടി ഞങ്ങളോടൊപ്പം സഞ്ചരിച്ചു.

കേരളത്തിന്റെ സംസ്ഥാനശലഭമായി പ്രഖ്യാപിച്ചിട്ടുള്ള ബുദ്ധമ യൂരിയാണ് കൃഷ്ണവനത്തിലേക്കുള്ള ചെറുനടത്തത്തിൽ ഞങ്ങ ളെ വരവേറ്റത്. പൊതുവെ ഈ ശലഭങ്ങളെ മനുഷ്യസാമീപ്യമുള്ള പ്രദേശത്തു കാണാൻ സാധിക്കില്ല. കറുത്ത ചിറകിൽ തിളങ്ങുന്ന മയൂരനീല വർണ്ണം. ആ ശലഭം ഞങ്ങളിൽ നിറച്ച ആഹ്ലാദം ചെറു തല്ല.

കൃഷ്ണവനം എന്തും അസാധ്യം എന്ന് കരുതുന്ന മനുഷ്യർക്കു ള്ള ഒരു പ്രചോദനം തന്നെയാണ്. പുൽമേടായി കിടന്ന, മൊട്ടക്കു ന്ന് കരിമ്പുലിയും കടുവയും അസംഖ്യം പക്ഷികളുമുള്ള ഒരു നിബിഡവനമായി മാറിയെങ്കിൽ, വറ്റിപ്പോയ പുഴ വീണ്ടും ഉയിരി ട്ടു എങ്കിൽ, സാധിക്കില്ലെന്ന് കരുതി മാറ്റിവയ്ക്കപ്പെട്ട എന്തെല്ലാ മോ എനിക്കും ചെയ്യാൻ കഴിയും, ഞാൻ ചെയ്യും എന്ന് ദൃഢനിശ്ച യം ചെയ്തു. വിത്ത് വിതച്ച് വേനലുകളിൽ പകലന്തിയോളം വെ ള്ളംകോരിയ, കാടിനെ നിർലോഭമായി സ്നേഹിച്ച ഒരുപറ്റം ആദി വാസി മനുഷ്യരെയും അതിനു മുന്നിൽനിന്നു നയിച്ച സുഗതകുമാ രി ടീച്ചറേയും കൈകൂപ്പി തൊഴുതു പോയി. കൃഷ്ണവനത്തിന്റെ ഒരു ചെറുതുണ്ടും മനസ്സിൽപ്പേറിയാണ് ഞങ്ങൾ 19 പേരും തിരി കെ യാത്ര തിരിച്ചത്. അസാധ്യം എന്ന വാക്കിൽ ഒതുക്കാതെ ജീവിത പ്രാരാബ്ധങ്ങളുടെ കൊടിയവേനലിലും നട്ടുനനച്ചു മറ്റൊ രു കൃഷ്ണവനം നമുക്ക് ചുറ്റും സൃഷ്ടിക്കാമെന്നും മനസ്സിലെ വറ്റി പ്പോയ ചില നീർച്ചാലുകളെ വീണ്ടും തെളിനീരുറവയായി തന്നി ലേക്കു തന്നെ പ്രവഹിപ്പിക്കാമെന്നും ഓരോരുത്തരും അതിതീവ്ര മായി ആഗ്രഹിച്ചു. നിമിഷനേരത്തേയ്ക്കെങ്കിലും ഞങ്ങളിൽ അഗാധമായ ഒരു നിശബ്ദത തളംകെട്ടി.

കിഴക്കൻ അട്ടപ്പാടിയിലെ സൂര്യകാന്തിപ്പാടങ്ങളും കൃഷിയിടങ്ങ ളും ഒരു സമൂഹത്തിന്റെ അതിജീവനത്തിന്റെ കഥ പറയാതെ പറ യുന്നുണ്ടായിരുന്നു. ഉരുളൻ കല്ലുകൾ നിറഞ്ഞ തെളിനീരൊഴുകു ന്ന ഭവാനിപ്പുഴയുടെ തീരങ്ങളിൽ കാലുകൾ നനച്ചും കഥകൾ പറ ഞ്ഞും സന്തോഷം മാത്രം പങ്കുവെച്ചു ഞങ്ങൾ ഇരുന്നു. പുഴയുടെ കുളിര് ഉള്ളിലേയ്ക്കാവാഹിച്ച് മതിമറന്നു പൊട്ടിച്ചിരിച്ചു. ആ സമ യം ഞങ്ങളുടെ ലോകത്തിൽ വേറൊന്നിനും സ്ഥാനം ഉണ്ടായിരു

ന്നില്ല. ആ നിമിഷങ്ങൾ നമ്മുടേത് മാത്രമായിരുന്നു. ജീവിതത്തിൽ അങ്ങനെയും ചിലത് വേണമെന്ന യാഥാർഥ്യം എന്നെ പോലെ ആദ്യമായി പലരും തിരിച്ചറിഞ്ഞു. ഇത് തുടക്കമാണ്. യാത്രകളുടെ, സൗഹൃദങ്ങളുടെ സ്വയം മറന്നുള്ള ആഹ്ലാദങ്ങളുടെ തുടക്കം.

ഒരു യാത്ര നമുക്ക് എന്തൊക്കെയാണു സമ്മാനിക്കുക. പുതിയ സൗഹൃദങ്ങൾക്കപ്പുറം അവർ ഓരോരുത്തരും പൂർണതയുള്ള വ്യക്തിത്വങ്ങളായിരുന്നു. സമൂഹത്തിന്റെ നാനാതുറയിൽപെട്ടവർ, സ്വന്തം വ്യക്തിമുദ്ര പതിപ്പിച്ചവർ, കുടുംബത്തിന്റെ നെടുംതൂണുകൾ, അംഗീകരിക്കപ്പെട്ടവർ, ചുറ്റുമുള്ളവർ തല്ലിക്കൊഴിക്കാൻ ശ്രമിച്ചിട്ടും ഉയിർത്തെഴുന്നേറ്റവർ, എന്റെ ജീവിതത്തെ രണ്ടായി പകുത്താൽ ഈ യാത്രയ്ക്ക് മുൻപും പിൻപും എന്നു പറയേണ്ടി വരുമെന്ന് ഉറക്കെ പ്രഖ്യാപിച്ചവർ, നാളെമുതൽ എന്റെ ജീവിതത്തിൽ ഇതുപോലുള്ള നിമിഷങ്ങൾ നിശ്ചയമായും ഉണ്ടാകുമെന്ന് ഉറക്കെപ്പറഞ്ഞവർ, നിശബ്ദതാഴ്വരയുടെ അടിവാരത്ത് ഞങ്ങളുടെ യാത്ര താത്കാലികമായി അവസാനിക്കുകയാണ്.

ഇനി ഉത്തരവാദിത്വങ്ങളിലേക്കു തിരികെപോണം. ഒപ്പം അടുത്ത യാത്രയ്ക്കായി തയ്യാറാകണം. ഈ ദിവസങ്ങൾ ഒരിക്കലും മറക്കാനാവാത്ത ഓർമകളുടെ അറകളിലേയ്ക്ക് ചേക്കേറി. പകൽ മുഴുവൻ മാറിനിന്ന മഴ റെയിൽവേ സ്റ്റേഷനിൽ ചെന്നുകയറിയതു മുതൽ കോരിച്ചൊരിയാൻ തുടങ്ങി; മഴയെ സ്നേഹിക്കുന്ന ഞങ്ങളെ ഒട്ടും അലോസരപ്പെടുത്താതെ.

ഠഠ

"If you walk into a forest - you hear all kinds of subtle sounds - but underneath there is an all pervasive silence."

- Eckhart Tolle

4

കുളിർമഴയിൽ ഒരു വനയാത്ര

മുംതാസ് പടമുഗൾ

മഞ്ഞുമൂടിയ താഴ്‌വരയിലെവിടെയോ അനക്കമറ്റു കിടക്കും ചില പ്പോഴൊക്കെ മനസ്സ്; ചിലവേള, ഞാൻ എന്റെ ചിന്തകൾക്കൊത്ത് എവിടൊക്കെയോ അലഞ്ഞുതിരിയും. ഒടുക്കം, ഓർമയുടെ ശക്ത മായ ആവേഗത്താൽ മനമൊന്നുലയും, അലിയും, പിന്നെ മെല്ലെ മെല്ലെ ശാന്തമാകും. സുഖകരമായ ശാന്തത. കഴിഞ്ഞ ചില ദിവസ ങ്ങൾ തന്ന അനുഭവങ്ങൾ നൽകിയ ഓർമകളുടെ വിഹായസ്സിൽ മതിവരാതെ ആറാടുകയാണ് ഇന്നു ഞാൻ.

നിങ്ങൾക്കറിയുമോ, ഞാനൊരൊറ്റപ്പെട്ട മനസ്സിന്നുടമയാണെന്ന്? എവിടെയും ഒറ്റപ്പെടുന്നവളുടെ വേവറിയണമെങ്കിൽ അവളുടെ അക്ഷരങ്ങളിലൂടെ കണ്ണൊന്നു പായിക്കുക. തുറക്കാൻ മടിച്ച ജാല കങ്ങൾ അവിടെ തുരുമ്പിച്ചിരിക്കുന്നത് കാണാം.

നോവിന്റെ അജ്ഞാതവടുക്കളിൽ മനക്കണ്ണൂന്നി വീണ്ടും വിണ്ടും വായിക്കാൻ ശ്രമിക്കുക. ഉള്ളകങ്ങളിൽ അഗ്നിപർവ്വതം തിളയ്ക്കു ന്നത് കാണാം. വാക്കിന്റെ വിസ്ഫോടനങ്ങളറിയാം. ഉള്ളറകൾക്ക ങ്ങേയറ്റത്ത് നിന്ന് ഉരുത്തിരിയുന്ന പൊള്ളലും വിങ്ങലുകളുമറി യാം. അവഗണനകൾ ഏൽപ്പിക്കുന്ന വൃണങ്ങളും നീറ്റലും ഒരു ഹൃദയത്തെ എത്രമാത്രം നോവിക്കുന്നുണ്ടെന്നറിയാം. അവയെ വായിക്കാൻ നിങ്ങളിലൊരു മനസ്സുണ്ടെങ്കിൽ!

പറയാൻ തുടങ്ങിയാൽ തെന്നിമാറുന്ന വഴികളുണ്ടെന്നിൽ. അതിനാൽത്തന്നെ നമുക്ക് ഇവിടംവിട്ട് തണുത്ത താഴ്‌വരകളിലേ ക്കു മടങ്ങാം. സൈലന്റ്‌വാലിയിൽ അന്നു പൂത്ത മഴവില്ലിന് പത്തൊമ്പതു വർണ്ണങ്ങളായിരുന്നു. വിസ്മയത്തിന്റ് ചിറകുകളുമാ യി വിവിധയിടങ്ങളിൽ നിന്നു പറന്നെത്തിയ മഴപ്പൊട്ടുകൾ, അങ്ങു പാലക്കാടിന്റെ നിലം തൊട്ട് കിലോമീറ്ററുകൾ താണ്ടി

നിശ്ശബ്ദവനങ്ങളിലേക്കു തുരുതുരാ പെയ്തിറങ്ങി.

എല്ലാ ജീവിതപ്രശ്നങ്ങൾക്കും രണ്ടേരണ്ടു ദിവസത്തെ അവധി! അതെ, അവിടുന്നങ്ങോട്ടു മഴയുടെ സങ്കീർത്തനം തന്നെയായിരുന്നു.

പത്തൊമ്പതു മഴക്കിളികളെ മുക്കാലിയിലെ ഡോർമറ്ററിയിൽ നിറമനസ്സോടെ സ്വീകരിച്ചത് കാക്കിയണിഞ്ഞ നിരവധി ഓഫീസർമാർ. തലതല്ലിപ്പായുന്ന ഭവാനിപ്പുഴയുടെ നിഗൂഢസൗന്ദര്യത്തിന് സാക്ഷിയായി അത്രയും വനപാലകരുടെ സാന്നിധ്യത്തിൽ മഴയുടെ സങ്കീർത്തനങ്ങൾ ഏറ്റവും സൗന്ദര്യത്തോടെ പ്രകാശിതമായി. ഭാവിയിലേക്ക് വായനക്കാരുടെ മനസ്സുകളെ നനച്ച്, പെയ്തിറങ്ങാൻ വെമ്പുന്ന, മഴക്കണങ്ങൾ കിനിഞ്ഞ് നിൽക്കുന്ന അക്ഷരങ്ങളുമായി 'ഫെമിൻഗോ'യുടെ അശ്രാന്ത പ്രയത്നത്തിൽ ഒരു മഴപ്പുസ്തകം! ഞാനും അതിൽ ഒരു കുറിപ്പ് എഴുതിയിട്ടുണ്ട്.

വനംവകുപ്പുമൊത്തുള്ള ഏറെ അഭിമാനകരമായ മീറ്റിംഗിനൊടുവിൽ അപ്രതീക്ഷിതമായി വീണുകിട്ടിയ കാടുകയറ്റം. അതു സൈരന്ധ്രിയിലേക്കൊരു വനയാത്രയായിരുന്നു. മുന്നിൽക്കണ്ട വാഹനത്തിൽ കിട്ടിയ സീറ്റിൽ കാടുകാണാനുള്ള മോഹത്തോടെ ഞാനുമിരുന്നു. ഡ്രൈവർ കാടിനെക്കുറിച്ചും കാടിന്റെ മക്കളെക്കുറിച്ചും വിവരിച്ചുകൊണ്ടിരുന്നു. ദുർഘടമായ പാതയാണ്. ഒരു വശം നല്ല താഴ്ച്ചയും. ചക്രങ്ങൾക്ക് ഉരുളാൻ മാത്രം പാകത്തിൽ ഇരുവശവും കോൺക്രീറ്റ് പാതയൊരുക്കിയിരിക്കുന്നു. ആനകളും ഇഴജന്തുക്കളും മറ്റും യഥേഷ്ടം സഞ്ചരിക്കുന്ന ഇടം അവയ്ക്കു ബുദ്ധിമുട്ടോ അപകടമോ ഉണ്ടാകാതിരിക്കാനുള്ള കരുതലാണ് ഇത് പോലുള്ള നിർമ്മാണം. നടുക്ക് തോടുപോലെ കുഴിയാണ്. ഇരുവശവും പുത്തൻചെമ്മണ്ണ് കുതിർന്ന് കിടക്കുന്നു. ഏതു സമയവും അപകടം ഉണ്ടാകാമെന്ന് ഓർമ്മിപ്പിക്കുന്ന, ഭയപ്പെടുത്തുന്ന പാത. എന്നെ ഏറെ അതിശയിപ്പിച്ച ഒന്ന്, ആ ഇരുണ്ട വനാന്തരത്തിൽ ഒറ്റയ്ക്കുനിന്ന് റോഡ് പണി നടത്തുന്ന മനുഷ്യനെ കണ്ടതാണ്. അമാനുഷൻ എന്നു തന്നെ അദ്ദേഹത്തെ വിശേഷിപ്പിക്കാം.

സരസമായ സംസാരത്തിനിടയിൽ എന്നിൽ നിന്ന് അനവസരത്തിൽ വഴുക്കി വീണ നാവിനെ കരിംപുള്ളികുത്തി. ഞങ്ങളുടെ വാഹനം കുഴിയിൽപ്പെടുക തന്നെ ചെയ്തു. ഒരുപക്ഷേ, ഒരപകടത്തിൽ നിന്നും കഷ്ടിച്ചുള്ള രക്ഷപ്പെടൽ. കുറച്ചു ദൂരങ്ങൾക്കിടയിൽ തന്നെ രണ്ടാമതും ടയറുകൾക്ക് സ്ഥാനംതെറ്റി. അവിടെയും ഡ്രൈവർ തന്റെയും വാഹനത്തിന്റെയും മിടുക്ക് കഷ്ടപ്പെട്ട് തെളിയിച്ചു.

ഒന്നര മണിക്കൂറിനകം ഞങ്ങൾ സൈരന്ധ്രിയിൽ പ്രവേശിച്ചു. ആഹാ! അതാ ആകാശത്തോളം തലയുയർത്തി നിൽക്കുകയാണ് 'നിരീക്ഷണ ഗോപുരം.' ചാറി വീഴുന്ന മഴയും, വീശിയടിക്കുന്ന കാറ്റും, ഉള്ളം കുളിർക്കുന്ന മഴത്തണുപ്പും. എന്താവേശമാണ് എല്ലാവർക്കും

ഗോപുരമുകളിലേക്ക് വലിഞ്ഞ് കയറുന്ന പെൺമഴക്കൂട്ടങ്ങൾ. അകമ്പടിയായി വനിതാ ജീവനക്കാർ ഉൾപ്പെടുന്ന വനപാലകരും. ഗോപുരമുകളിൽ നിന്ന് മൊബൈൽ ക്യാമറകൾ പ്രകൃതിയോടൊത്തുള്ള സ്വന്തം ചിത്രങ്ങൾ ഒപ്പിയെടുക്കുന്നു. അങ്ങകലെ മലനിരകൾക്ക് നടുവിലൂടെ വരച്ചിട്ട വളഞ്ഞവരകൾ പോലെ താഴേക്കൊഴുകുന്ന കുന്തിപ്പുഴ. ക്യാമറക്കണ്ണുകളിൽ നിന്നും മലനിരകളുടെ മനോഹാരിത മറച്ചുപിടിക്കാനാവും കൺമുന്നിലേക്കു കനത്ത കോടമഞ്ഞ് നിറയുന്നു. എന്റെ ഫോണിന് മൂടൽമഞ്ഞിനെ തുളച്ചിറങ്ങാനുള്ള ശേഷി ഉണ്ടായിരുന്നില്ല. അതുകൊണ്ടാവണം കണ്ണുകളൊപ്പിയതു ക്യാമറയ്ക്കൊപ്പാൻ കഴിയാതെ പോയത്. പ്രകൃതിയെ ഹൃദയത്തിലേക്ക് ആവാഹിക്കുന്നതിനിടയിൽ ഞാനെന്നെത്തന്നെ പലപ്പോഴും മറന്നുപോയിരുന്നു. പെട്ടെന്ന് വീശിയടിച്ച കാറ്റിൽ പലവട്ടം എന്റെ ഫോൺ പറന്നുപോകുമെന്നു ഞാൻ ഭയന്നു. താഴെ നിന്നും കാറ്റിലേറി ദുർഗയുടെ വിളിയെത്തി. മതി മതി. ഇരുട്ടുന്നതിന് മുന്നേ തന്നെ കാടിറങ്ങണം, ഇനിമതി. എല്ലാവരും താഴെയിറങ്ങുക. എല്ലാവരും നിരീക്ഷണഗോപുരത്തെ പിൻകാഴ്ച്ചയിൽ നിർത്തി, താഴെ നിരന്നുനിന്ന് രണ്ടുമൂന്ന് ചിത്രങ്ങൾക്കു പോസ്ചെയ്തു.

തിരികെ മുക്കാലിയിലെ ഡോർമറ്ററിയിലേക്ക്. മടക്കയാത്ര പുറപ്പെടുന്നേരം പുതുതായി നിർമ്മിക്കപ്പെട്ട പാതയിൽ വാഹനം മറിയാൻ പോലും സാധ്യതയുണ്ടെന്ന, മുതിർന്ന ഉദ്യോഗസ്ഥന്റെ മുന്നറിയിപ്പ് വെറുതേ ഓർമയിലേക്കെത്തി. ഭയന്നിട്ടാണോ അറിയില്ല, തിരികെ വരുമ്പോൾ ഞങ്ങളുടെ വാഹനത്തിൽ ഉണ്ടായിരുന്ന ഒരാൾ മറ്റൊന്നിലേക്കു മാറിക്കയറി. മുൻപേ പോകുന്ന വാഹനത്തിന്റെയും അതുരുളുന്ന പാതയുടേയും വീഡിയോ എടുക്കാൻ ഡ്രൈവറിനടുത്ത സീറ്റിൽ ഇരുന്ന മുതിർന്ന കുട്ടിക്ക് ഞാനെന്റെ ഫോൺ കൈമാറി.

വളരെ രുചികരമായിരുന്നു അവിടുത്തെ ആഹാരം. രാവിലെ ഗോതമ്പ് നുറുക്കുകൊണ്ടുള്ള ഉപ്പുമാവും പഴവും. ഉച്ചയ്ക്ക് ചോറും സാമ്പാറും തോരനും പപ്പടവും അച്ചാറും. ഓരോ തവണയും

ആഹാരശേഷം പാചകക്കാർക്കരികിലെത്തി സന്തോഷം പങ്കുവയ്ക്കാതിരുന്നില്ല. ഭക്ഷണം തയ്യാറാക്കി വിളമ്പിയതിനു നന്ദിയറിയിക്കുകയും ചെയ്തു. രാത്രി നേരത്തെ തന്നെ കിടന്നു. ഫോണിൽ പലപ്പോഴും നെറ്റിനോ റെയ്ഞ്ചിനോ കടന്നെത്താൻ കഴിയാതിരുന്നതിനാൽ ഫോൺ ഓഫാക്കിവച്ചു. ഞങ്ങൾ പത്തൊൻപത് പേരാണെന്ന് പറഞ്ഞല്ലോ. പലയിടങ്ങളിൽ നിന്നുള്ള അത്രകാലവും അപരിചിതരായിരുന്നവരെ ഏകോപിപ്പിച്ച് അവിടെയെത്തിച്ചത് ഫെമിൻഗൊ ബുക്സിന്റെ ഡയറക്ടർ ദുർഗ മനോജാണ്. യാത്രയുടെ നേതൃത്വവും ദുർഗയ്ക്കു തന്നെ.

ഉറക്കത്തിനിടയിൽ ഉറക്കമില്ലാത്തവരുടെ സംഭാഷണം. തണുപ്പരിച്ചിറങ്ങുന്ന വലിയ മുറി. ഇരുപത് പേരുടെ ഡബിൾഡക്കർ കട്ടിലുകൾ, കിടക്കകൾ അത്യാവശ്യം പൊടി തങ്ങിനിൽക്കുന്നുണ്ടതിൽ. ഒരു രാത്രിയല്ലേ, തണുപ്പിന്റെ സുഖത്തിലേക്കു സഹനത്തിന്റെ പുതപ്പുവലിച്ചിട്ട് എല്ലാവരും നിദ്രയിലേക്കൂളിയിട്ടു. രാവിലെ അമ്മ, കുഞ്ഞുങ്ങളെ ഉണർത്തുന്നത് പോലെ ദുർഗ എല്ലാവരേയും ഉണർത്തി.

അന്നു പുലർച്ചെ കാട്ടിലേക്കൊരു മഴനടത്തം കൂടി ഉണ്ടായിരുന്നു. നാലര കിലോമീറ്റർ ഉൾവനത്തിലേക്കാണ് നടക്കേണ്ടത്. നടത്തത്തിന്റെ കാഠിന്യമറിഞ്ഞ ചിലർ കൂട്ടത്തിൽ നിന്നു പിൻമാറി. വനപാലകരിൽ ചിലർ ഞങ്ങൾക്കു സംരക്ഷണമൊരുക്കി കൂടെനടന്നു. ഞങ്ങളിൽ ചിലരിൽ നിന്ന് പ്രത്യേകശബ്ദങ്ങളൊക്കെ പുറത്തുവന്നു. കാലിൽ അട്ടകൾ കടിച്ച് പിടിച്ചിരിക്കുന്നു! പരിഭ്രാന്തിയും അറപ്പുമാണ് എല്ലാവർക്കും. സാനിറ്റൈസർ, ഉപ്പ്, സോപ്പ് ഒക്കെ കൈയ്യിൽ കരുതിയാണ് പലരുടെയും നടപ്പ്.

പെട്ടെന്നു മഴക്കാടിനുള്ളിൽ കലപില കൂടുന്ന പെണ്ണുങ്ങൾക്കു നേരെ വനപാലകരിൽ ഒരാൾ ചുണ്ടിൽ ചൂണ്ടുവിരലമർത്തി, വ്യത്യസ്ത കിളികളുടെ ശബ്ദമുണ്ടാക്കി, പക്ഷികളുടെ അനുകരണങ്ങൾ ഏറ്റ് വാങ്ങി അവയെ പരിചയപ്പെടുത്തുന്നു പക്ഷി നിരീക്ഷകൻ!

കുറെ ദൂരെയെത്തിയപ്പോഴതാ വഴിയുടെ നടുവിൽ കുറേ ആനപ്പിണ്ടം! അയ്യോ, ആന! കൂട്ടത്തിലാരോ വിളിച്ചു പറഞ്ഞു. ഉള്ളൊന്ന് കിടുങ്ങി. ഉരുളൻ കല്ലുകൾ നിറഞ്ഞ പാതയാണ്. ആനയുടെ അനക്കം കേട്ടാൽ ഓടാൻ പോയിട്ട് നടപ്പ് തന്നെ ശ്രമകരമാണ്. പക്ഷേ, ആനകൾ സമീപത്തൊന്നും ഇല്ല എന്നു വനപാലകർ ഉറപ്പുതന്നു. കുറച്ചുകൂടെ മുന്നിൽ ഒരരുവി ഒഴുകുന്നുണ്ട്. അവിടെ

രാജവെമ്പാലയും കുഞ്ഞുങ്ങളും താമസമുണ്ടത്രേ. ഓരോ മൃഗങ്ങളും ജന്തുക്കളെ ആക്രമിക്കുന്ന രീതി വ്യത്യസ്തമാണത്രേ. പുലി ഒരു ഇരയെക്കിട്ടിയാൽ മൃദുവായ വയർ ഭാഗം തിന്ന ശേഷം ഏറ്റവും ഉയരമുള്ള മരത്തിന്റെ തുഞ്ചത്ത് തൂക്കിയിടുമത്രേ. കടുവ പക്ഷേ, പൂച്ചയെപ്പോലെ മണ്ണിലും കരിയിലകൾക്കിടയിലും മൂടിയിടുകയാവും ചെയ്യുക. രണ്ടു മൂന്നു ദിവസങ്ങൾക്കു ശേഷം മാംസം മൃദുവാകുമ്പോൾ എല്ലിന്റെ വെള്ള ഭാഗം വരെ കടിച്ച്പറിച്ച് തിന്നുന്നതാണ് അവയുടെ രീതി! വനത്തിൽ നിന്ന് ഇറങ്ങിയതിനു ശേഷമാണ് ഇതൊക്കെയറിഞ്ഞതെന്നത് എത്ര നന്നായി. ഓർക്കുമ്പോൾ പോലും ഭയമാകുന്നു. വനത്തിനകത്തുനിന്ന് ഞങ്ങൾ തിരിച്ചിറങ്ങാൻ തുടങ്ങി. ഷൂവിനിടയിൽ അട്ടകൾ ഉരുണ്ട് ആകെ അസ്വസ്ഥത തോന്നുന്നുണ്ട്.

ഒരു ഓഫീസർ മുന്നിൽ നടക്കുന്നുണ്ട്. തൊട്ടു പിന്നിൽ കൂട്ടത്തിലൊരാൾ. മൂന്നാമതു ഞാൻ. ഉരുളൻ കല്ലിനു മുകളിലെ ചീഞ്ഞഇലകളെ ചവിട്ടി ആവശ്യം വന്നാൽ ഇത്രയും വേഗത്തിൽ നടക്കാനാകുമെന്ന് അന്നു ഞാൻ തിരിച്ചറിഞ്ഞു. ഓർക്കാപ്പുറത്ത് മുൻപിൽ വന്നു നിൽക്കുന്ന കാട്ടാന, മലഞ്ചരുവിലെ വൻമരങ്ങൾക്കിടയിൽ നിന്നു ചാടിവീഴുന്ന പുള്ളിപ്പുലി, ഏതു നിമിഷവും ചാടി വീഴാമെന്നമട്ടിൽ ഇരയായി എന്നെ ഉന്നംവച്ച് പതുങ്ങിയിരിക്കുന്ന കടുവ. ഇതൊക്കെയായിരുന്നു ആ കാട്ടിലൂടെ നടന്ന സമയമത്രയും എന്റെ ആധി. ഏതായാലും ആധികളൊക്കെ നിഷ്പ്രഭമാക്കി ഞങ്ങൾ തിരികെ തികച്ചും സുരക്ഷിതരായി ഡോർമറ്ററിയിൽ എത്തി. സൈലന്റ്വാലിയിൽ ഒരു രാവും രണ്ട് പകലും തങ്ങിയിട്ട് വനവിഭവങ്ങൾ എന്തെങ്കിലും സ്വന്തമാക്കാതെ മടങ്ങുന്നതെങ്ങനെ? വനം വകുപ്പിന്റെ കടയിൽ നിന്ന് കാട്ടുതേനും കാട്ടുള്ളിതൈലവും വാങ്ങി. കൃഷ്ണ വനത്തിലേക്കു പോകുന്ന വഴി ചെങ്കുത്തായ ഒരുമലയുടെ അഴകിനു സമീപം വാഹനം നിർത്തി. ശാന്തടീച്ചർ 'മല്ലീശ്വരൻ മുടി' എന്ന ആ മലയുടെ പൗരാണിക കഥ പറഞ്ഞു. ഇപ്പോഴും ആദിവാസികൾ ആ മലഞ്ചെരിവുകളിൽ വസിക്കുന്നുണ്ടത്രേ. കഥകൾ കേട്ട് ഫോട്ടോകൾ പകർത്തി കൃഷ്ണവനത്തിലേക്ക്. കൃഷ്ണവനം കൺകുളിർക്കെ കണ്ടു. വരണ്ടുണങ്ങിയ മലഞ്ചെരുവുകളിൽ സുഗതകുമാരി ടീച്ചറുടെ ഭഗീരഥപ്രയത്നത്തിൽ നിരന്തരം മഴ പെയ്യുന്ന, ഏക്കറുകൾ നിറഞ്ഞു നിൽക്കുന്ന അവിശ്വസനീയമായ മഴക്കാടുകൾ കണ്ടു. ഒരു വ്യക്തിവിചാരിച്ചാൽ പോലും ഇത്രയൊക്കെ കഴിയുമെന്ന അറിവ് എന്നെ

അതിശയിപ്പിച്ചു.

അതും ഒരു സ്ത്രീ!

വാക്കുകളാൽ നൃത്തമാടിയ കവിക്കായ്, സ്വന്തം പ്രയത്നത്താൽ മനോഹരവും ഇടതൂർന്നതുമായ വനം നിർമ്മിച്ച പ്രകൃതി സ്നേഹിക്കായ് ഏവരുടേയും സ്മരണാഞ്ജലി.

മടക്കം.

എത്ര സുന്ദരമായ ഭൂപ്രകൃതിക്ക് നടുവിലൂടെയാണ് യാത്ര.

എത്ര കണ്ടാലും മതിവരാത്ത അതിമനോഹരിയായി ഭൂമിയങ്ങനെ ലാസ്യവതിയെപ്പോലെ കൺമുന്നിൽ അഴിഞ്ഞുലഞ്ഞ് നിൽക്കുന്നു. വാഹനം ഭവാനിപ്പുഴയോരത്ത് കുറച്ചു നേരം നിർത്തിയിട്ടു. പ്രകൃതിസൗന്ദര്യം കണ്ണിലും, മനസ്സിലും, മൊബൈൽ ഫോണിലും ആവാഹിച്ച് കുളിർ വെള്ളത്തിൽ കാൽ തൊട്ടിളക്കി ആർത്തിരയ്ക്കുന്ന അരുവിയിലാഹ്ളാദിച്ച് വലിയ ഉരുളൻ കല്ലുകളിൽ ചവിട്ടിതെന്നിയും ശ്രദ്ധാപൂർവ്വം ചവിട്ടിയും വീണ്ടും വാഹനത്തിലേക്ക്. അട്ടപ്പാടി ഊരുകൾകണ്ട് ചിരിയും തമാശയുമായി സുന്ദരമായ യാത്ര.

ഡോർമറ്ററിയിലെത്തി.

മടക്കത്തിനുള്ള തയ്യാറെടുപ്പിനു നേരമായി.

സുന്ദരമായ രണ്ട് ദിവസങ്ങൾ അവിടെയുപേക്ഷിച്ച് മടങ്ങാൻ മനസ്സു വിസമ്മതിക്കുന്നുവെങ്കിലും മടങ്ങാതെ വയ്യ. ഇനിയും ഞങ്ങൾ വരുമെന്ന ഉറപ്പ് പ്രകൃതിയിലേക്ക് നോക്കി ആവർത്തിച്ചുറച്ച് ലഗേജുമായി വാഹനത്തിലേക്ക്. വാഹനം വിസമ്മതത്തിന്റെ ഇരമ്പലോടെ മുന്നോട്ടു നീങ്ങി. ആ വണ്ടി തിരികെ അടുത്ത സഞ്ചാരികളുമായി കാടുകയറാനൊരുങ്ങിയെത്തുക തന്നെ ചെയ്യും. തന്റെ നിഗൂഢവന്യതയിലേക്ക് ഹൃദയങ്ങളെ കയ്യാളാൻ ആ കാനനസുന്ദരി നിശ്ശബ്ദയായി ഇനിയും കാത്തിരിപ്പുണ്ട്. അതെ. ആ കാടിനോടുള്ള വിടപറയൽ, അത്രനേരം അനുഭവിച്ച ഏതോ അനുഭൂതി തലത്തിന്റെ വല്ലാത്ത ശൂന്യതയും നൊമ്പരവും ബാക്കിയാക്കുന്നു. വരുന്ന വഴിയിൽ ഡ്രൈവർ പറയുന്നത് കേട്ടു, ഞങ്ങൾ പോന്നതിന് പിറകെ മുക്കാലിയിൽ ആനയിറങ്ങിയത്രേ. വീടെത്തിയതിന്റെ പിറ്റേന്ന് പുലർച്ചയിൽ യാത്രയുടെ ആലസ്യത്തിൽ നിന്നു മോചിതയാകാത്ത മനസ്സിൽ നാലുവരിക്കവിത പിറവി കൊണ്ടു.

'ചെങ്കുത്താമൊരു മലയുടെ ചരിവിൽ
ചെറിയൊരു കുഞ്ഞായ് ഞാൻ നിൽക്കെ,

ഊറ്റമതെങ്ങോ പാഞ്ഞൊരു കാറ്റിൽ
പൊന്നുടയാടകൾ പാറിപ്പോയ്
എൻ കുഞ്ഞുടയാടകൾ പാറിപ്പോയ്.
ഒറ്റമരപ്പൂങ്കൊമ്പിൽ ഞാനൊരു വള്ളിച്ചൂരലിന്നൂഞ്ഞാല
അമ്പേയാടിപ്പാറീ ഞാനെൻ മാനത്തിൻമേലറ്റത്ത്
എൻ മാനത്തിൻമേലറ്റത്ത്.'

അതെ, ഞാനായാത്രയിലെ കാഴ്ചകളിലും അനുഭവങ്ങളിലും ഞാനേറ്റു വാങ്ങിയ കുളിരിലും നിറഞ്ഞപൂവാടിക്കു നടുവിൽ പരിലസിക്കുന്ന കുഞ്ഞായലിഞ്ഞ് ചേരുകയാണ്!

○○

"I went to the woods because I wished to live deliberately, to front only the essential facts of life, and see if I could not learn what it had to teach, and not, when I came to die, discover that I had not lived."

- Henry David Thoreau

5

അമ്മുവിന്റെ ഡയറിത്താളുകളിൽ നിന്നും

ലക്ഷ്മി പാർവതി എസ്.പി.

(ഏഴാം ക്ലാസ്സുകാരി)

അമ്മയോടും ആരാധിക്കുന്ന എഴുത്തുകാരിയോടുംകൂടി ഒരു സ്വപ്നഭൂമിയിലേക്ക് പോകുന്നു എന്നു കേട്ടപ്പോൾ അവൾക്കാദ്യം കാര്യമൊന്നും പിടികിട്ടിയില്ല. തന്റെ പ്രിയപ്പെട്ട എഴുത്തുകാരിയോടും അമ്മയോടും ഒപ്പം എന്നോ എവിടേക്കോ പോകുന്നു അത്രമാത്രമേ അറിയൂ. ദിവസമിങ്ങടുത്തു. തലേദിവസം എല്ലാബാഗുകളും തയാറാക്കി വയ്ക്കണം. മറ്റു കാര്യങ്ങളൊന്നും അവൾക്കറിയില്ല. അമ്മ കുറച്ചു ദിവസമായി അതിനു പുറകേയാണ്. അങ്ങോട്ടു വിളിക്കുന്നു, ഇങ്ങോട്ടു വിളിക്കുന്നു. ടൂറിനെ സംബന്ധിച്ചുള്ള ക്ലാസ്സ്, വീഡിയോ കോൺഫറൻസ് എല്ലാംകൊണ്ടും വീട്ടിലെത്തിയാൽ തിരക്കു തന്നെ. ഒരു നേരം ഫോൺ ചെവിയിൽ നിന്നെടുക്കാൻ നേരമില്ല. ജൂണിലായിരുന്നു ആ യാത്ര പ്ലാൻ ചെയ്തിരുന്നത്. എന്തോ കാരണംകൊണ്ട് അത് ജൂലൈ രണ്ടിലേക്ക് മാറ്റി. അവൾക്ക് ടൂറിൽ വരുന്ന ബാക്കിയാരെയും പരിചയമില്ല. ആരാണെന്നു പോലും അറിഞ്ഞുകൂട. പക്ഷേ അവൾ അതിനെക്കുറിച്ച് ആലോചിച്ചതേയില്ല. അവൾ നേരിട്ട ഏക പ്രശ്നം തുണികൾ ഒന്നും കഴുകിയിട്ടിട്ടില്ല എന്നതാണ്. രണ്ടു ദിവസമേയുള്ളൂ ഇനി. ജൂലൈ ഒന്ന് വെള്ളിയാഴ്ചയാണ് പുറപ്പെടുന്നത്.

വ്യാഴാഴ്ച വൈകിട്ടാണ് അവൾ തുണി കഴുകിയിട്ടത്. വെള്ളിയാഴ്ച വൈകിട്ട് സ്കൂളിൽ നിന്നുവന്ന് ബാഗ്പായ്ക്ക് ചെയ്തു. കുറച്ചു നേരമെടുത്തു. അപ്പോഴേക്കും അപ്പൂപ്പൻ വിളിയും തുടങ്ങി. പോകാംപോകാം എന്ന്. അവൾക്ക് സൈ്വര്യം കെട്ടു. കയ്യിൽ കിട്ടിയ സാധനങ്ങളൊക്കെ വാരി ബാഗിലിട്ട് വെളിയിലിറങ്ങിയപ്പോൾ സമയം 5.15. അപ്പൂപ്പൻ കാറിൽ വെഞ്ഞാറമൂട് കൊണ്ടാക്കി. അച്ഛൻ

അവിടെനിന്ന് അവളെ വിളിച്ചു റെയിൽവേ സ്റ്റേഷനിലേക്കും കൊണ്ടുപോയി. അവിടെ അവളെ കാത്തിരുന്നത് അമ്മ, പിന്നെ ബഹുമാനമർഹിക്കുന്നു എന്നു തോന്നിക്കുന്ന ഏതാനും സ്ത്രീകൾ. അപ്പോഴാണ് അവളെ ഞെട്ടിച്ച ഒരു സംഭവമുണ്ടായത്. അവളുടെ മാമികൂടി ടൂറിന് വരുന്നുണ്ട്. അതവൾ സ്വപ്നേപി വിചാരിച്ചിരുന്നില്ല. ടൂറിന് വരാനിരുന്ന ഒരാൾക്ക് കൊറോണയായതുകൊണ്ട് ആ ഒഴിവിൽ വന്നതാണത്രെ മാമി. അവൾക്ക് സന്തോഷമായി. അങ്ങനെ പത്തൊൻപതു പേർ അടങ്ങുന്ന ആ യാത്രാസംഘം തങ്ങളുടെ യാത്ര തുടങ്ങി.

* * * * *

ആ നാലു ജീപ്പുകളും സൈരന്ധ്രിവനം വാച്ച് ടവറിന് അടുത്തെത്തി. ചെറിയ ചാറ്റൽമഴയും നല്ല തണുപ്പുമുണ്ടായിരുന്നു. എല്ലാവരും ജീപ്പിൽ നിന്നിറങ്ങി വാച്ച്ടവറിന് അടുത്തേക്ക് ചെന്നു. അവൾ അടങ്ങുന്ന അഞ്ചംഗ സംഘം മാത്രമേ ടവറിന്റെ ഏറ്റവും മുകളിൽ (അതായത് ചുവട്ടിൽ നിന്ന് നൂറ് അടി) കയറിയുള്ളൂ. അകലെ കുന്തിപ്പുഴ കാണാം. വലിയ ഗിരിശൃംഗങ്ങൾ ഒപ്പത്തിനൊപ്പം നിൽക്കുന്നതുപോലെ തോന്നിച്ചു. ആ സുന്ദരദൃശ്യം ആസ്വദിച്ചു നിൽക്കുമ്പോൾ ശക്തമായ കാറ്റ് ആഞ്ഞുവീശി. അന്തരീക്ഷം അത്ര പന്തിയല്ലെന്നുകണ്ട് അവർ താഴെയിറങ്ങി.

വരുന്ന വഴിക്ക് വെടിപ്ലാവിലിരുന്ന് മുള്ളൻചക്ക തിന്നുന്ന സിംഹവാലൻ കുരങ്ങിനെയും മലയണ്ണാനെയും അവൾ കണ്ടിരുന്നു. അത് അതിശയിപ്പിക്കുന്ന കാഴ്ചയായിരുന്നു. നാലുമണി ആയതിനെത്തുടർന്ന് അവർ അന്നത്തെ യാത്ര അവസാനിപ്പിച്ചു ഫോറസ്റ്റ് ഡോർമറ്ററിയിലേക്ക് മടങ്ങി.

* * * * *

ഒരു ദിവസം കൊണ്ട് അവൾ എല്ലാവരെയും പരിചയപ്പെട്ടുകഴിഞ്ഞു. മിക്കവരും എഴുത്തുകാർ. അല്ലെങ്കിൽ അതുമായി ബന്ധപ്പെട്ടവർ. അങ്ങനെ ഒരു കൂട്ടം വനിതാരത്നങ്ങളുടെ നടുവിലാണ് താൻ എന്നറിഞ്ഞപ്പോൾ അവൾക്ക് അഭിമാനം തോന്നി.

ഞായറാഴ്ച, മഴയാത്രക്കൂട്ടം കൃഷ്ണവനത്തിലേക്കു പോയി. സുഗതകുമാരിടീച്ചറിന്റെ നേതൃത്വത്തിൽ നട്ടുവളർത്തിയ മരങ്ങളുടെ വനം! അവിടെ, മരങ്ങളിൽ തട്ടിവന്ന കാറ്റുകൊണ്ടു നിന്നപ്പോൾ അവൾക്ക് സുഗതകുമാരി ടീച്ചറോട് ബഹുമാനംതോന്നി. അവളെ

പ്പോലെതന്നെ ആ യാത്രക്കൂട്ടത്തിൽ ഉണ്ടായിരുന്ന എല്ലാവർക്കും അങ്ങനെ തോന്നിയിരിക്കണം. കൃഷണവനത്തിൽ വച്ച് സുഗതകുമാരി ടീച്ചർ അനുസ്മരണവും ഉണ്ടായിരുന്നു. അതുകഴിഞ്ഞ് അവിടത്തെ ആദിവാസി മേഖലകൾ കണ്ടുകൊണ്ട് ഒരു ബസ്സ് യാത്ര നടത്തി. കുറച്ചു കഴിഞ്ഞപ്പോൾ ബസ് ഭവാനിപ്പുഴയുടെ തീരത്തു നിർത്തി. കുറേനേരമായി ഇവിടെ വന്നിട്ട് കൂട്ടുകാർക്ക് എന്തുകൊണ്ടുകൊടുക്കും എന്ന ആലോചനയിലായിരുന്നു അവൾ. ഭവാനിപ്പുഴയിൽ ഇറങ്ങിയപ്പോൾ പുതിയ ഒരാശയം ഉദിച്ചു. അവർക്ക് ഇവിടുത്തെ കല്ലുകൾ കൊണ്ടു കൊടുത്താൽ പോരേ. കുറച്ച് ഉരുളൻ കല്ലുകൾ വാരി കീശയിലിട്ട് അവൾ തിരികെ ബസിൽകയറി. യാത്ര തുടർന്നു. യാത്രക്കാരെ കാഴ്ചകൾ കൺകുളിർക്കെ കാണിച്ചുകൊണ്ട്, അവരെ ആനന്ദതുന്തിലരാക്കിക്കൊണ്ട്...

*   *   *   *   *

അങ്ങനെ ആ യാത്ര അവസാനിച്ചു. തിരികെ വരുന്ന വഴിക്ക് മുഴുവൻ അതായിരുന്നു അവളുടെ ആലോചന. തനിക്ക് മുംതാസ് പടമുഗൾ എന്ന എഴുത്തുകാരി താൻ എഴുതി, ദുർഗാന്റി ഡയറക്ടറായ ഫെമിംഗോ ബുക്സ് പ്രസിദ്ധീകരിച്ച, 'മധുരമിഠായി' എന്ന പുസ്തകം സമ്മാനിച്ചതും, കഴുത്തിൽ അട്ട കടിച്ചതും, ബസിനുള്ളിൽ നിന്നുകൊണ്ട് യാത്രാനുഭവങ്ങൾ എല്ലാവരോടും പറഞ്ഞതുമൊക്കെ അവളുടെ മനസ്സിൽ മിന്നിമറഞ്ഞു. മധുരമിഠായി ട്രെയിൻ കാത്ത് റെയിൽവേ സ്റ്റേഷനിൽ ഇരിക്കുമ്പോൾ തന്നെ വായിച്ചു തീർത്തതോർത്ത് അവൾക്ക് അഭിമാനം തോന്നി. ആ യാത്രയിലാണ് 'മഴയാത്രക്കൂട്ടം' 'മഴയുടെ സങ്കീർത്തനങ്ങൾ' എന്ന പുസ്തകം പ്രകാശനം ചെയ്തത്. ആ യാത്ര മനസ്സിനെ കുളിർകോരിയണിയിച്ചുകൊണ്ട് എന്നെന്നും ഓർമയിൽ ഉണ്ടാകുമെന്ന് പരസ്പരം പറഞ്ഞ്, തിങ്കളാഴ്ച പുലർച്ചെ മഴയാത്രക്കൂട്ടം തിരുവനന്തപുരത്തെത്തി യാത്ര പറഞ്ഞു പിരിഞ്ഞു...

○○

"The woods seemed all answer and healing and more than enough to live for."

- Josephine Winslow Johnson

6

കവിതപോലെ കാടകം

മീര എ.

കാനനപാതയിലൂടെ ജീപ്പ് മഞ്ഞുപുതച്ച കാടിന്റെ വന്യതയിലേക്കു കടന്നതോടെ മനസ്സ് ധ്യാനസാന്ദ്രമായി. പ്രകൃതിയുടെ നിറക്കൂട്ടിലലിഞ്ഞുകുതിർന്ന മിഴികൾ. എത്ര കണ്ടിട്ടും മതിവരാക്കാഴ്ചകളുടെ കാന്തികണ്ട്, ഇമചിമ്മാൻ മടിച്ച് കണ്ണുകൾ. കാടകത്തിലേക്ക് ഊർന്നിറങ്ങാൻ കൊതിച്ച് പാദങ്ങൾ. മുടിയിഴകളെ തൊട്ടുരുമ്മിയ കുളിർകാറ്റിനു കാട്ടുജീവികളുടെ ഗന്ധം. ഇതുവരെ കാണാത്ത വൃക്ഷത്തലപ്പുകൾ, ഇലച്ചാർത്തുകൾ... കാട്ടരുവികളും വെള്ളച്ചാട്ടങ്ങളും കിളിനാദങ്ങളും സൃഷ്ടിച്ച കാടിന്റെ സിംഫണി. ഉണർന്ന ജീവകോശങ്ങളിലാകെ ഊർജ്ജപ്രവാഹം. അതിൽ ലയിച്ചു ഞാനും. വനത്തിന്റെ വശ്യതയാകെ ആവേശിച്ച സൈരന്ധ്രി നിരീക്ഷണഗോപുരം ഉയരങ്ങളിൽ ചാറ്റൽമഴയുടെ ഈറൻ സ്പർശത്തിലൂടെ കാഴ്ചകളിലേക്ക് ഊളിയിടുമ്പോൾ നോട്ടങ്ങൾക്കു ചിറകുമുളച്ചതുപോലെ. അകലെ കുന്തിപ്പുഴയുടെ ജലമർമരം. കോടമഞ്ഞു മറച്ച പാലക്കാട് നഗരം അങ്ങകലെ അവ്യക്തമായി! കഥകളിൽ, സ്വപ്നങ്ങളിൽ, വായിച്ചും കേട്ടും അറിഞ്ഞതിലും അപ്പുറമായിരുന്നു സൈലന്റ്‌വാലിയുടെ കാഴ്ചവിരുന്ന്.

രാവിലെ അഞ്ചിനാണ് ഞങ്ങൾ വീട്ടിൽ നിന്ന് ഇറങ്ങിയത്. മണ്ണാർക്കാട് എത്തുമ്പോൾ ഏഴായി. ഇനി ട്രാവലറിൽ എല്ലാവർക്കും ഒപ്പമാണു യാത്ര. വണ്ടി പുറപ്പെട്ടതുമുതൽ പാട്ടും തമാശകളുമൊക്കെയായി മെല്ലെ എല്ലാവരുടെയും അപരിചിതത്വം അകന്നു. എട്ടുമണി ആയപ്പോൾ മുക്കാലി ഫോറസ്റ്റ് ഡോർമെറ്ററിയിൽ എത്തി. ആകെ മഞ്ഞുമൂടിയ അന്തരീക്ഷം. അരിച്ചിറങ്ങുന്ന തണുപ്പ്. എന്തൊരു സുഖം! കോട മാറി അന്തരീക്ഷം തെളിഞ്ഞപ്പോൾ ഒമ്പതു മണി കഴിഞ്ഞു.

ഫെമിൻഗോ ബുക്സ് പ്രസിദ്ധീകരിച്ച, 25 സ്ത്രീകൾ എഴുതിയ 'മഴയുടെ സങ്കീർത്തനങ്ങൾ' എന്ന പുസ്തകത്തിന്റെ പ്രകാശനമാണ് ആദ്യം. അതു ഭവാനിപ്പുഴയുടെ തീരത്താണ്. ഉദ്ഘാടകനായ വൈൽഡ് ലൈഫ് വാർഡൻ, വിനോദ് ഐ.എഫ്.എസ്. എത്തുന്നതുവരെ ഞങ്ങൾക്കു പരസ്പരം പരിചയപ്പെടാൻ സമയം കിട്ടി. തിരുവനന്തപുരത്തുനിന്നു വന്ന പ്രീനയുടെ മകൾ ആറാം ക്ലാസുകാരിയാണ് കൂട്ടത്തിൽ പ്രായം കുറഞ്ഞയാൾ. നിലമ്പൂരുനിന്നും വന്ന ജമീലആന്റിയാണ് ഏറ്റവും സീനിയർ. ഫോറസ്റ്റ് സ്റ്റേഷനു പുറകുവശത്തു ഭവാനിപ്പുഴയോടു ചേർന്നായിരുന്നു പ്രകാശനച്ചടങ്ങുകൾ. പരിചയപ്പെടൽ നടന്നതു നന്നായി. യാത്രയെ സ്നേഹിക്കുന്ന, അതിനുവേണ്ടി മാത്രം ദീർഘദൂരം യാത്രചെയ്തുവന്ന ഒരുകൂട്ടം സ്ത്രീകളാണു മുന്നിലെന്ന് കണ്ടപ്പോൾ വിനോദ് സർ ഞങ്ങൾക്ക് ഒരു സമ്മാനം പ്രഖ്യാപിച്ചു, ഏറെ അപ്രതീക്ഷിതമായ ഒന്ന്, എല്ലാവരേയും ഒന്നുപോലെ ത്രില്ലടിപ്പിച്ച ഒന്ന്. ശക്തമായ മഴയിൽ ഉരുൾപൊട്ടി ഒലിച്ചുപോയ മുക്കാലി-സൈലന്റ്‌വാലി റോഡിന്റെ പണി തീർന്നതേ ഉണ്ടായിരുന്നുള്ളു. അതിലൂടെയുള്ള ഉദ്ഘാടനയാത്രയ്ക്കായി ഞങ്ങളുടെ ഗ്രൂപ്പിന് അനുമതി നൽകി. വിനോദ് സർ ഞങ്ങൾക്കുവേണ്ട സൗകര്യം ഒരുക്കിത്തരാൻ ഉദ്യോഗസ്ഥരോട് നിർദ്ദേശിച്ചു. അങ്ങനെ അടഞ്ഞുകിടന്ന സൈരന്ധ്രിപ്പാത ഞങ്ങൾക്കായി തുറന്നുതന്നു. 22 കിലോമീറ്റർ ദൂരമുണ്ട് അവിടേക്ക്. ഒന്നരമണിക്കൂറാണ് ഒരു ഭാഗത്തേക്കു യാത്ര. അടുത്തും അകലെയുമായി ചെറിയ വെള്ളച്ചാട്ടങ്ങൾ കണ്ട്, നാലു ജീപ്പുകളിൽ ഞങ്ങൾ. മുന്നിൽ വനം വകുപ്പിന്റെ ജീപ്പ്. വനിതാ ഉദ്യോഗസ്ഥരും കൂടെയുണ്ട്. നാലുമണിയോടെ സൈരന്ധ്രിയിൽ എത്തി.

ഉയരത്തെ ഭയക്കാത്തവർ നിരീക്ഷണ ഗോപുരത്തിന്റെ നൂറടിപ്പൊക്കം നിസ്സാരമായി കയറിപ്പോയി. നല്ല ചാറ്റൽമഴ ഉണ്ടായിരുന്നു. കോടയുണ്ട്. അതു മാഞ്ഞും മറഞ്ഞും മുന്നിൽ. കുന്തിപ്പുഴ അകലെ അവ്യക്തമായി കാണാം. മഴ കനത്തു. ഇനി മടക്കം. തിരിച്ചു പോരാൻ ജീപ്പിൽ കയറി. മോശം കാലാവസ്ഥ ജീപ്പിന്റെ വേഗത കുറച്ചു.

പിറ്റേദിവസം രാവിലെ ഏഴിനാണു വനത്തിലേക്കു ട്രക്കിങ് പറഞ്ഞിരുന്നത്. മഴ കാരണം തുടങ്ങുമ്പോൾ വൈകി. ചെറിയ ചാറ്റൽമഴകൊണ്ടു തിരികെ നടത്തം. അടുത്തതു കൃഷ്ണവനവും അട്ടപ്പാടിയും. ഞങ്ങളെ സൈലന്റ്‌വാലിയിൽ എത്തിച്ച ട്രാവലറിൽ അങ്ങോട്ടേക്ക്. കൂടെ ഫോറസ്റ്റ് ഡിപ്പാർട്മെന്റിൽ നിന്നും

രണ്ടു പേരും. ഒരു സ്ത്രീയുടെ ഇച്ഛാശക്തിയിൽ പിറന്ന വനമാണു മുന്നിൽ. നമ്മൾ ശ്രമിച്ചാൽ നടക്കാത്തതായി ഒന്നുമില്ല എന്ന് മനസ്സിലായി. കൃഷ്ണവനത്തിന്റെ ശാന്തതയിൽ, ശാന്തടീച്ചർ സുഗതകുമാരിടീച്ചറിനെ സ്മരിച്ചുകൊണ്ട് എഴുതിയ ഒരു കവിത ആലപിച്ചു. ഞങ്ങളുടെ ഗ്രൂപ്പിൽ ഉണ്ടായിരുന്ന കൃഷ്ണേന്ദു, അയ്യപ്പപ്പണിക്കരുടെ ഒരു കവിത ചൊല്ലി. പ്രീനയുടെ മകൾ ലക്ഷ്മി പാർവ്വതി 'രാത്രിമഴ' ചൊല്ലി. തിരിച്ച് അട്ടപ്പാടി ഊര് കണ്ടുവരുന്ന വഴി ഭവാനിപ്പുഴയിൽ ഇറങ്ങി പുഴയുടെ തണുപ്പു തൊട്ടറിഞ്ഞു.

വനംവകുപ്പ് ഉദ്യോഗസ്ഥർ സമാപനച്ചടങ്ങിനും വന്നു. ശാന്തടീച്ചർ, അവർ നേരിട്ടുകണ്ട ആദിവാസി ഊരനുഭവങ്ങൾ പങ്കുവച്ചു. ക്യാമ്പിൽ പങ്കെടുത്തവർക്ക് ഉദ്യോഗസ്ഥർ സർട്ടിഫിക്കറ്റുകൾ വിതരണം ചെയ്തു. വിമൻസ് കോളേജിലെ അധ്യാപിക സേതുലക്ഷ്മി നന്ദി പറഞ്ഞു.

ഇനി മടക്കയാത്ര.

ഇനിയും ഇത്തരം യാത്രകൾ സംഘടിപ്പിക്കണം എന്ന കാര്യത്തിൽ ഏവർക്കും ഒരേസ്വരം. അഞ്ചായപ്പോൾ മണ്ണാർക്കാട് എത്തി. ഞങ്ങൾ മലപ്പുറത്ത് നിന്നുംപോയ ആറുപേർ അവിടെയിറങ്ങി.

ഒന്നു പറയാം, ഈ യാത്ര ഇവിടെ അവസാനിക്കുന്നില്ല...

○○

*"Earth and sky, woods and fields, lakes and rivers,
the mountain and the sea, are excellent schoolmasters,
and teach of us more than we can ever learn from books."*

- John Lubbock

7

വരൂ നമുക്ക് കാടു കയറാം

ചിത്ര എം. ജി.

പരസ്പരം നേരിട്ട് കാണാതെ, വർഷങ്ങളുടെ പരിചയത്തിന്റെ പിൻബലമില്ലാതെ കേരളത്തിന്റെ വിവിധ ദിക്കുകളിൽ നിന്നുകൊണ്ട് അവർ വിളിച്ചു, "വരൂ നമുക്ക് കാട് കയറാം." മഴയോർമ്മകളുടെ ഭാണ്ഡക്കെട്ടുകളുമായി പത്തൊൻപതുപേർ. എവിടെ നിന്നൊക്കെയോ ഒഴുകിയെത്തിയ കൈവഴി പോലെ പരിചിതവും അപരിചിതവുമായ മുഖങ്ങളുമായി ഒരു യാത്രയിലേക്ക് ഒഴുകി ചേർന്നവർ. ഒരു വനയാത്ര, ചില മഴയോർമ്മകൾ, പിന്നെ ഒരു തുടക്കം, എവിടെ വച്ചൊക്കെയോ മുടങ്ങിപ്പോയ ചിലതുകളുടെയൊക്കെ തുടക്കം.

വാരാന്ത്യ ഓഫീസ് ദിനത്തിന്റെ പകുതിയും കഴിഞ്ഞ് ഉച്ചയൂണ് കഴിക്കുമ്പോഴാണ് ഫോൺകോൾ വരുന്നത്. കെട്ടിയോന്റെ പെങ്ങളാണ്, അതിലുപരി ഇംഗ്ലീഷിൽ പറയുംപോലെ പാർട്ടനർ ഇൻ ക്രൈം! "നീ വരുന്നുണ്ടോ? ഇന്നത്തെ സൈലന്റ്‌വാലി യാത്രയ്ക്ക്, ഒരാളുടെ ഒഴിവുണ്ട്." കേട്ടപാടെ മറ്റൊന്നും അന്വേഷിച്ചില്ല. ഒരഞ്ച് മിനിട്ട് സമയം ചോദിച്ച് ഞാൻ ഫോൺ കട്ട് ചെയ്തു. ഉടൻ തന്നെ കെട്ടിയോനെ വിളിച്ച് ചോദിച്ചു. "ഞാനൊരു യാത്ര പോവാണ് രണ്ട് ദിവസത്തേക്ക്, ബാക്കിയെല്ലാം മാനേജ് ചെയ്തോളുമോ?" അവിടന്ന് ഓക്കേ പറഞ്ഞു. ഉടനെ അച്ഛനെ വിളിച്ച് സ്കൂളിൽ നിന്നു വരുന്ന മകനെ കൂട്ടിക്കൊണ്ട് പോകാൻ വരാൻ പറഞ്ഞു. എന്നിട്ട് ചേച്ചിയെ വിളിച്ചു പറഞ്ഞു, "ഞാനുമുണ്ട്."

പിന്നെ എല്ലാം വളരെ പെട്ടെന്നായിരുന്നു. ഓഫീസിലെ ജോലികളൊക്കെ ഒതുക്കി. അപ്പോഴേക്കും സ്കൂൾ വിട്ട് മോനെത്തി. പിന്നാലെ അവനെ കൂട്ടിക്കൊണ്ട് പോകാൻ അച്ഛനും. നാലരമണിയോടെ ഓഫീസിൽ നിന്നിറങ്ങി വീട്ടിലെത്തി. മകനെ അപ്പൂ

പ്പനോടൊപ്പം പറഞ്ഞുവിട്ട്, യാത്രയ്ക്കുള്ളതൊക്കെ ഒരു ബാഗിലാക്കി പുറപ്പെട്ടു. റയിൽവേ സ്റ്റേഷനിലെത്തി സഹയാത്രികരോടൊപ്പം ചേർന്നു. നാത്തൂനും മകളുമല്ലാതെ ആരെയും പരിചയമില്ല. എല്ലാം അപരിചിത മുഖങ്ങൾ, പരിചയപ്പെടാനുള്ള സമയം കിട്ടിയില്ല. അപ്പോഴേക്കും വന്നു ട്രെയിൻ. പരിചയമില്ലാത്ത പെൺകൂട്ടത്തിന്റെ കേന്ദ്രബിന്ദു -ദുർഗച്ചേച്ചി, എല്ലാവർക്കും സീറ്റ്നമ്പരും കംപാർട്ട്മെന്റും പറഞ്ഞുകൊടുത്ത് അവരവരുടെ ഇരിപ്പിടങ്ങളിൽ എത്തിച്ചു.

പുറപ്പെടാൻ നേരം മകൻ ചോദിച്ച ചോദ്യം "എന്നെയും കൊണ്ടുപോകാരുന്നില്ലേ?" മനസിൽ മുഴങ്ങിക്കൊണ്ടിരുന്നു. ഒരു പിൻവലിവ്. ഒരൊറ്റ നിമിഷത്തിന്റെ തീരുമാനം. ചാടി പുറപ്പെട്ടു, വേണ്ടായിരുന്നോ? തിരിച്ചുപോയാലോ? മനസ്സ് വീണ്ടും വീണ്ടും ചോദിച്ചു കൊണ്ടിരുന്നു. ഞാനില്ലാതെ നിൽക്കുന്ന മകനെക്കുറിച്ചോർത്തു. രണ്ടു അവധി ദിവസങ്ങളിൽ ചെയ്തുതീർക്കേണ്ട വീട്ടുജോലികളെയും ഉത്തരവാദിത്തങ്ങളെയും കുറിച്ചോർത്തു.

കംപാർട്ട്മെന്റിൽ എന്റെയൊപ്പം കൂട്ടത്തിലെ പ്രായമുള്ള ആൾക്കാരിൽ ഒരാളാണ് ശാന്തടീച്ചർ. എന്ത് സംസാരിക്കണമെന്ന് എനിക്കറിയില്ല, കാരണം ഒന്നാമത് എന്റെ തരത്തിലുള്ള ആളല്ല (അങ്ങനെയാണ് കരുതിയത്), രണ്ടാമതായി പുള്ളിക്കാരി ഒരു അധ്യാപികയായിരുന്നു. (ഹെന്റ മ്മോ....). അതിനേക്കാളുപരി എനിക്ക് ആളെ യാതൊരു പരിചയവും ഇല്ല. ആ കംപാർട്ട്മെന്റിലെ മറ്റ് യാത്രക്കാരെ പോലെ തികച്ചും അപരിചിതയായ സഹയാത്രിക. ഞാൻ ആൾക്കൂട്ടത്തിൽ ഒറ്റപ്പെട്ട കുട്ടിയെപോലെയായി. എന്തായാലും തീരുമാനിച്ചു, ഇനി മുന്നോട്ട് വച്ച കാൽ മുന്നോട്ട് തന്നെ. ഞാൻ നെടുവീർപ്പിട്ടു.

സൈലന്റ്വാലിയിലേക്ക് ഒരു പെൺയാത്ര എന്നല്ലാതെ കാര്യപരിപാടികളെക്കുറിച്ചോ സഹയാത്രികരെകുറിച്ചോ ഒന്നുമറിയാതെയുള്ള യാത്ര. ഉറങ്ങാനായി കിടന്നെങ്കിലും ഉറക്കം വന്നില്ല. വല്ലാത്ത വീർപ്പുമുട്ടൽ. എങ്ങനെയൊക്കെയോ സമയം പോയി. വെളുപ്പിന് മൂന്നരയ്ക്ക് പാലക്കാട് സ്റ്റേഷനിൽ ഇറങ്ങി. അപ്പോഴേക്കും വീർപ്പുമുട്ടൽ ഒന്നടങ്ങി. പിന്നെ ഞാനും കൂട്ടത്തിലൊരാളായി. അവിടന്ന് അഞ്ചുമണിക്ക് ട്രാവൽസിൽ പുറപ്പെട്ട് സൈലന്റ്വാലിയിലേക്കുള്ള മല കയറാൻ തുടങ്ങിയപ്പോഴേക്കും വീർപ്പുമുട്ടൽ ജിജ്ഞാസയ്ക്ക് വഴിമാറി. പിന്നെ പുറം കാഴ്ചകളും കോടമഞ്ഞും മനസിനെ കുളിരണിയിക്കാൻ തുടങ്ങി.

അതിനിടയ്ക്ക് കുറച്ചുപേർ കൂടി ഞങ്ങളോടൊപ്പം ചേർന്നു.

പിന്നെയുള്ള യാത്ര ഒരു പുതിയ പ്രഭാതത്തിലേക്കായിരുന്നു. പുതിയ അനുഭവങ്ങളുടെ, പുതിയ തീരുമാനങ്ങളുടെ, പുതിയ സൗഹൃദങ്ങളുടെ, പുതിയ വഴിത്തിരിവിന്റെ പ്രഭാതം. കളി പറഞ്ഞും കാഴ്ചകൾ കണ്ടും യാത്ര.

എത്തേണ്ട സ്ഥലം എത്താറായപ്പോഴേക്കും വണ്ടി ചെറുതായൊന്നു പണിമുടക്കി. പക്ഷേ ബുദ്ധിമുട്ടിച്ചില്ല. ഡോർമറ്ററി എത്തി കുളിച്ചൊരുങ്ങി പ്രാതലും കഴിച്ച് മീറ്റിംഗ് റൂമിലേയ്ക്ക്. അവിടെ വിശിഷ്ടാതിഥി വരാൻ വൈകിയ ഇടവേളയിൽ എല്ലാവരും സ്വയം പരിചയപ്പെടുത്തലിലേക്ക് കടന്നു. അപ്പോഴാണ് പലരുടെയും പേരും മറ്റുവിവരങ്ങളും അറിയുന്നതുതന്നെ. ശേഷം 'മഴയുടെ സങ്കീർത്തനങ്ങൾ' പ്രകാശനം ചെയ്യാനായി ഭവാനിപ്പുഴയുടെ തീരത്തേക്ക്. പുഴയോട് കളി പറഞ്ഞ് പുസ്തകപ്രകാശനവും ഉച്ചയൂണും കഴിച്ച് പുറപ്പെടുക, സൈരന്ധ്രിയുടെ മടിത്തട്ടിലേക്ക്. കുന്തിപ്പുഴയെ കാണാൻ.

നനുത്ത് പെയ്യുന്ന മഴയോടൊപ്പം കാടിന്റെ ഭാവമാറ്റങ്ങൾ കണ്ടുകൊണ്ട് ഒരു തണുപ്പിൽ കുതിർന്ന യാത്ര അടുത്തറിയുകയായിരുന്നു... കാടിനെ മാത്രമല്ല കൂടെയുള്ളവരെയും. ഉൾവനത്തിലേക്ക് യാത്ര നീളുംതോറും അലിഞ്ഞില്ലാതായിക്കൊണ്ടിരുന്നത് അപരിചിതത്വമായിരുന്നു. പന്ത്രണ്ടും അറുപതും ഒരുപോലെ കളി പറഞ്ഞു. ചിരിയിൽ ചിലമ്പിച്ച് യാത്ര നേരെ വാച്ച്ടവറിലേക്ക്.

ചിണുങ്ങിനിന്ന മഴ ടവറിന്റെ മുകളിൽ വച്ച് കണ്ടപ്പോൾ ചിരിച്ച് ഇക്കിളിയിട്ടും തണുത്ത കാറ്റിനെ കൂട്ടുപിടിച്ച് ചുറ്റും നടന്നു. കോടയിൽ മറഞ്ഞുനിന്ന് കുന്നുകൾ കൊതിപ്പിച്ചു കൊണ്ടേയിരുന്നു. അങ്ങ് ദൂരെ കുന്തിപ്പുഴ വെള്ളിപാദസരമണിഞ്ഞ് നുരഞ്ഞൊഴുകുന്നു.

സൈരന്ധ്രിയുടെ സൗന്ദര്യമാസ്വദിച്ചുകൊണ്ട് അല്പനേരമവിടെ. പിന്നെ പതുക്കെ താഴേക്കിറങ്ങി കുറച്ച് മഴച്ചിത്രങ്ങളെടുത്തു. വീണ്ടും കാട്ടുവഴിയിലൂടെ തിരിച്ച് താമസസ്ഥലത്തേക്ക്. അവിടെ ചെന്ന് നിശബ്ദതാഴ്വാരത്തിന്റെ കഥയറിഞ്ഞ് അത്താഴവും കഴിഞ്ഞ് അന്നത്തെ യാത്ര അവസാനിപ്പിച്ചുകൊണ്ട് ഉറക്കത്തിലേക്ക്.

പിറ്റേന്ന് വെളുപ്പിന് അഞ്ചുമണിക്ക് എഴുന്നേറ്റ് കുളിച്ചൊരുങ്ങി റെഡിയായി, കാട് കയറാൻ അവിടെനിന്ന് കീരിപ്പാറയിലേക്കൊരു ട്രക്കിങ്, നാല് കിലോമീറ്റർ നടത്തം.

ഏറെ ഉത്സാഹഭരിതരായി എല്ലാവരും നടന്നുതുടങ്ങി കാടിനെ

കണ്ടുകൊണ്ട്. പക്ഷേ, കാടിന്റെ ഭംഗി ആസ്വദിക്കാൻ അവൻ സമ്മതിച്ചില്ല, ആര്...? കുളയട്ട..! പോകുന്ന വഴിയൊക്കെയും കുളയട്ടയായിരുന്നു. പലരും ആദ്യമായി കാണുകയായിരുന്നു. ആദ്യം അമ്പരന്നെങ്കിലും പിന്നെ രസമായി. ദേഹത്ത് കയറാൻ കുളയട്ടയും എടുത്ത് കളയാൻ ഞങ്ങളും മത്സരിച്ചുകൊണ്ടേയിരുന്നു.

കാര്യപരിപാടികൾക്കുള്ള സമയം ക്രമീകരിക്കാൻ കാട് കയറ്റം രണ്ടര കിലോമീറ്റർ ആക്കി ചുരുക്കി ഞങ്ങൾ കാടിറങ്ങി തിരിച്ചെത്തി. പ്രാതലും കഴിഞ്ഞ് കൃഷ്ണവനത്തിലേക്ക്.

ഇടയ്ക്ക് മല്ലീശ്വരൻമുടിക്ക് താഴെ ഭഗവാന്റെ ക്ഷേത്രത്തിനടുത്ത് കുറച്ചു നിമിഷം.

മല്ലീശ്വരൻമുടിയുടേയും ശിവരാത്രി നാളിലെ ആചാരത്തിന്റെയും കഥ ശാന്തടീച്ചർ പറഞ്ഞു. നാല്പത്തൊന്ന് ദിവസത്തെ വ്രതം, മലകയറ്റം. ഒരേ ഒരു ഊരിനൊഴികെ മറ്റെല്ലാവർക്കും ദർശിക്കാവുന്ന ആ ദീപം.

കഥകൾ എപ്പോഴും വിസ്മയിപ്പിക്കുന്നവയാണ്.

കൃഷ്ണവനം, കാഴ്ചയിലും കഥയിലും അത്ഭുതമായി. ഒരു നിശ്ചയദാർഢ്യത്തിൽ നിന്നുരുവായ വനം, സുഗതകുമാരി ടീച്ചറുടെ ഹൃദയത്തിൽ നിന്നുയിർകൊണ്ട വനം.

കൃഷ്ണവനത്തിൽ ഞങ്ങളെ വരവേൽക്കാനെന്നവണ്ണം പറന്നുവന്ന് കണ്ണിനേയും കരളിനേയും കൊതിപ്പിച്ച് വനാന്തരത്തിലേക്ക് മറഞ്ഞുപോയ ബുദ്ധമയൂരി- ജീവിതത്തിൽ അപൂർവ്വമായി കിട്ടാവുന്ന ഭാഗ്യം, തന്റെ മയിൽവർണ്ണ ചിറകു വീശി യാത്രപറഞ്ഞ് പറന്നുപോയി.

അവളുടെ ചിത്രമെടുക്കാൻ കഴിയാതെ പോയതാണ് ഈ യാത്രയിലെ തീരാനഷ്ടം.

അല്പസമയം അവിടെ ചിലവഴിച്ച് കൃഷ്ണവനത്തിന്റെ പ്രിയപ്പെട്ടവളേയും സ്മരിച്ച് രണ്ട് കവിതാശകലങ്ങളും ആസ്വദിച്ച് തിരിച്ചുനടന്നു. ഇനി ഭവാനിയെ ഒന്നുകൂടി കാണണം. അടുത്ത്, ഒന്ന് തൊട്ടറിയണം. മലനിരകളിൽ നിന്നും കവർന്നെടുത്ത കുളിരുമായി പായുന്നവളുടെ കൈകളിൽ നിന്ന് കുറച്ച് കുളിര് വാരണം. നേരെ ഭവാനിപ്പുഴയിലേക്ക്.

പുഴയുടെ കുളിരും കഥകളും കേട്ട് കുറച്ചു നേരം, ഇനി പോകാം. സമയമായി തിരിച്ച് കൂടണയണം. നിശബ്ദ താഴ്വരയോട് നിശബ്ദമായി യാത്രപറഞ്ഞു.

മതിയായില്ലെങ്കിലും പോണം, തിരികെ പോയേ മതിയാകൂ.

കാടിന്റെ ശാന്തതയിൽ നിന്ന് നഗരത്തിന്റെ തിരക്കുകളിലേക്ക് മടങ്ങാൻ സമയമാകുന്നു. വെറുതേയല്ല മടക്കം.

മനസ് നിറഞ്ഞാണ്.

ഇങ്ങോട്ട് വന്നപോലെയല്ല തിരികെ പോകുന്നത്.

അനിശ്ചിതത്വവും അപരിചിതത്വവും ഇല്ലാതെ ഒരു പിടി സൗഹൃദങ്ങളുമായാണ് മടക്കം.

ഒടുങ്ങിപ്പോയി എന്ന് കരുതിയ പലതിനേയും തിരിച്ചെടുക്കണം എന്ന നിശ്ചയത്തോടെയുള്ള മടക്കം, ഒരുപാട് തുടക്കങ്ങൾക്കായുള്ള മടക്കം. തിരിച്ച് മലയിറങ്ങുമ്പോൾ മനസ് നിറഞ്ഞിരുന്നു, സന്തോഷം കൊണ്ട്, സൗഹൃദം കൊണ്ട്, സ്വപ്നങ്ങൾ കൊണ്ട്.

OO

"There is a serene and settled majesty to woodland scenery that enters into the soul and delights and elevates it, and fills it with noble inclinations."

- Washington Irving

8

കാടെന്ന ഇന്ദ്രജാലം

രശ്മി നായർ

ജൂൺ ആദ്യത്തെ ആഴ്ചയിൽ പിആർഡിയുടെ ഇടനാഴിയിലൂടെ ക്യാന്റീനിലേയ്ക്കുള്ള യാത്രയിലാണ് പ്രീന പറഞ്ഞത് "ചേച്ചി നാളെ സൈലന്റ്‌വാലിയ്ക്ക് പോകുന്നു." ഞാൻ ചോദിച്ചു എന്തേ എന്നോട് നേരത്തെ പറഞ്ഞില്ല. എനിക്കു കൂടി വരണമായിരുന്നു. ഇനി എന്തായാലും ട്രെയിൻ റിസർവേഷൻ കിട്ടില്ല. യാത്രയ്ക്ക് അവസരം കിട്ടാത്തതിന്റെ ദുഃഖത്തിൽ ഞാൻ എന്റെ സെക്ഷനിലേക്കു പോയി. പിറ്റേദിവസം പ്രീന ബാഗും കെട്ടിപ്പെറുക്കി സെക്ഷനിൽ ഇരിക്കുന്നതു കണ്ടപ്പോൾ മനസിലൂടെ നേരിയ ഒരു ദുഃഖം കടന്നുപോയി.

രാത്രിയായപ്പോൾ സന്തോഷം നിറച്ചൊരു ഫോൺകോൾ എന്നെ തേടിയെത്തി. ചേച്ചി യാത്ര ജൂലൈയിലാണ്. എനിക്കു ദിവസം മാറിപ്പോയതാണ്. പ്രീനയുടെ ആ ഫോൺകോളിൽ എന്റെ യാത്ര ഉറപ്പിച്ചു. മഴയാത്ര എന്ന വാട്സ് ആപ്പ് ഗ്രൂപ്പിൽ ഞാനും ഉൾപ്പെട്ടു.

മഴയാത്രയ്ക്ക് മുന്നോടിയായുള്ള സൂം മീറ്റിംഗിൽ പങ്കെടുക്കാൻ സാധിച്ചില്ല. അതിനുശേഷം ഗ്രൂപ്പിൽ വന്ന മെസേജ് പുസ്തക പ്രകാശനം, ചർച്ച ഇതൊക്കെ മനസിൽ അല്പം ആശങ്കകൾ ഉണ്ടാക്കി. യാത്രയ്ക്കുള്ള തീരുമാനം തെറ്റായോ? പോകണോ? എന്നുള്ള ചിന്തകൾ മനസിനെ മഥിച്ചുകൊണ്ടിരുന്നു. പ്രീനയോട് ചോദിച്ചപ്പോൾ അവളും തൃശങ്കുസ്വർഗത്തിലായി. പിന്നീട് അതിന്റെ വിശീകരണം ഗ്രൂപ്പിൽ വന്നെങ്കിലും വരുന്നിടത്തുവച്ചു കാണാം എന്നുള്ള തീരുമാനത്തിൽ യാത്രയിൽ പങ്കെടുക്കാം എന്ന തീരുമാനത്തിൽ എത്തി.

എന്തായാലും സഹയാത്രികരെക്കുറിച്ച് എനിക്ക് യാതൊരു ആശങ്കയുമില്ലായിരുന്നു. കാരണം, അപരിചിതരായ ഒരു കൂട്ടം ആളുകളുടെ കൂടെ യാത്ര ചെയ്യാൻ വരുന്നവർ യാത്ര ഇഷ്ടപ്പെട്ട്, ആഗ്രഹിച്ച് വരുന്നവർ തന്നെയാകും.

നിശ്ചയിച്ചപ്രകാരം ജൂലൈ ഒന്നാം തീയതി രാത്രി 7.30ന് തന്നെ റെയിൽവെ സ്റ്റേഷനിലെത്തി. സഹയാത്രികരെ കണ്ടു. വലിയ അപരിചിതത്വമൊന്നും ആരോടും തോന്നിയില്ല. എല്ലാവരുമായി പെട്ടെന്നു തന്നെ സൗഹൃദത്തിലായി. 8.30ന് തന്നെ ട്രെയിൻ യാത്ര ആരംഭിച്ചു. ട്രെയിനിൽ കയറി അല്പനേരത്തെ സംഭാഷണത്തിനുശേഷം എല്ലാവരും കിടക്കാനുള്ള വട്ടം കൂട്ടി. അപ്പർബർത്ത് ലഭിച്ചു. ഞാൻ കിടന്നപ്പോഴെ ട്രെയിന്റെ താരാട്ടിൽ ഉറക്കമായി. പലരും ഉറക്കം നഷ്ടപ്പെട്ട് മണിക്കൂറുകൾ എണ്ണിനോക്കിയതായി പിന്നീടറിഞ്ഞു.

3.30ന് ട്രെയിൻ പാലക്കാടെത്തി. അവിടുന്ന് ട്രാവലറിൽ മുക്കാലിയിലെത്തി. അപ്പോഴേക്കും പുതിയ കൂട്ടുകാർ വണ്ടിയിൽ കയറിയിരുന്നു. അങ്ങിനെ ഞങ്ങൾ 19 പേർ പുതിയ സൗഹൃദം ഉണ്ടാക്കി. കേരളത്തിന്റെ അങ്ങോളം ഇങ്ങോളമുള്ള 12കാരി മുതൽ 71 വയസ് വരെയുള്ളവർ (എല്ലാവരെയും പേരെടുത്ത് പറയുന്നില്ല). അവരിൽ പലരും പുലികളായിരുന്നു എന്ന് പിന്നീട് മനസിലായി. എന്നുവെച്ച് ബാക്കിയുള്ള ഞങ്ങൾ മോശക്കാരല്ല, വനയാത്ര ആസ്വദിക്കാൻ കഴിവുള്ള പുലികൾ.

മുക്കാലിയിൽ ഫോറസ്റ്റ് ഡിപ്പാർട്ട്മെന്റ് വക ഡോർമറ്ററിയിൽ താമസസൗകര്യം ഒരുക്കിയിരുന്നു. ഫ്രഷായതിനുശേഷം ഡിപ്പാർട്ട്മെന്റ് വക ക്യാന്റനിൽ ഭക്ഷണത്തിനായി പോയി. പാത്രം പിടിച്ച് ക്യൂവിൽ നിന്നപ്പോൾ എന്റെ ഭക്ഷണം എന്നും ക്യൂവിലാണല്ലോ എന്ന് ഓർത്തുപോയി (ഹോസ്റ്റലിലും ഇതാണല്ലോ പതിവ്). ഭക്ഷണത്തിനുശേഷം കോൺഫറൻസ് ഹാളിൽ ഫോറസ്റ്റ് ഉദ്യോഗസ്ഥർ സൈലന്റ്‌വാലി വനത്തെക്കുറിച്ചും ആദിവാസികളെക്കുറിച്ചും ചെറിയൊരു വിവരണം നൽകി.

അതിനുശേഷം ഭവാനിപ്പുഴയുടെ തീരത്ത് റെയിഞ്ച് ഫോറസ്റ്റ് ഓഫീസിനോട് ചേർന്നുള്ള ഒരു ചെറിയ മണ്ഡപത്തിൽ മഴയുടെ സങ്കീർത്തനങ്ങൾ എന്ന 25 വനിതകൾ എഴുതിയ കഥാസമാഹാരം ശ്രീ എസ്. വിനോദ് ഐ.എഫ്.എസ് പ്രകാശനം നടത്തി.

ഭവാനിപ്പുഴ 90 ഡിഗ്രി തിരിഞ്ഞ് തമിഴ് മണ്ണിലേയ്ക്ക് ഒഴുകുന്ന മനോഹരമായ കാഴ്ചയും തൊട്ടുതാഴെയായി ഉണ്ടായിരുന്നു.

ഔഷധസസ്യങ്ങളുടെ ഒരു തോട്ടവും അവിടെ ഒരുക്കിയിട്ടുണ്ട്.

ഉച്ചഭക്ഷണത്തിനുശേഷം ഞങ്ങൾ സൈരന്ധ്രിയിലേക്ക് യാത്രയായി. 23 കി.മീ. മാത്രമേയുള്ളൂ മുക്കാലിയിൽ നിന്നും അങ്ങോട്ട്. എന്നാൽ കാനനപാതയിലൂടെയുള്ള യാത്ര അത്ര സുഗമമല്ല. കാട്ടരുവികളും വൻമരങ്ങളും ചെറിയ വെള്ളച്ചാട്ടങ്ങളും നിറഞ്ഞ വഴിയിലൂടെയുള്ള യാത്ര അതിമനോഹരമായിരുന്നു. കാടിന്റെ വന്യതകൾ അപകടങ്ങൾ എന്നിവയെക്കുറിച്ച് വനപാലകർ ഞങ്ങളെ ഓർമ്മപ്പെടുത്തി.

എന്നാൽ വനത്തിന്റെ മാസ്മരിക ഭംഗിയിൽ മുന്നറിയിപ്പുകളൊന്നും ഓർമ്മയിൽ വരാതെ വനാന്തരങ്ങളിൽ അതിന്റെ അജ്ഞാതമായ ഉള്ളറകളിൽ എത്തിച്ചേരാൻ മനസ്സ് കൊതിച്ചുകൊണ്ടിരുന്നു. ശുദ്ധവായു ശ്വസിച്ചു മുന്നോട്ടു നീങ്ങുമ്പോൾ കൃത്രിമ ചായങ്ങളില്ലാതെ പ്രകൃതിയൊരുക്കിയ വർണ്ണചിത്രങ്ങൾ ക്യാൻവാസിലെന്നപോലെ മുന്നിൽ വന്നുകൊണ്ടേയിരുന്നു.

ദൈവമേ! എന്തത്ഭുതമാണ്, എന്ത് സൗന്ദര്യമാണ്, എന്തനുഭൂതിയാണ് അങ്ങ് ഈ ഭൂമിയിലെ ജീവജാലങ്ങൾക്കായി ഒരുക്കിയിരിക്കുന്നത്.

സൈരന്ധ്രിയിൽ എത്തിച്ചേർന്നപ്പോൾ ചാറ്റൽ മഴ ഞങ്ങളെ എതിരേറ്റു. അവിടുത്തെ അഞ്ച് നിലയോളം ഉയരമുള്ള വാച്ച്ടവറിൽ നിന്നുമുള്ള കാഴ്ച അതിമനോഹരമായിരുന്നു. കുന്തിപ്പുഴയും കോടമഞ്ഞ് നിറഞ്ഞ മലനിരകളും മനംനിറച്ചു. എത്ര കണ്ടിട്ടും മതിയാകാത്ത കാഴ്ചകൾ.

ഒടുവിൽ മനസ്സില്ലാമനസ്സോടെ ടവറിൽ നിന്നും ഇറങ്ങേണ്ടി വന്നു. താഴെയെത്തി ചെറിയൊരു മനഃപ്രയാസത്തോടെ തന്നെ സൈരന്ധ്രിയോട് വിട പറഞ്ഞു.

വൈകിട്ട് സൈലന്റ്‌വാലിയെക്കുറിച്ചുള്ള ഡോക്യുമെന്ററി പ്രദർശനവും ഫോറസ്റ്റ് ഉദ്യോഗസ്ഥർ ഞങ്ങൾക്കായി ഒരുക്കിയിരുന്നു. തുടങ്ങുന്നതിനു മുമ്പേ ഞങ്ങൾ കുറച്ചുപേർ മുക്കാലിയുടെ സൗന്ദര്യം ആസ്വദിക്കുവാനായി ഒരു ചെറുനടത്തവും തട്ടുകടയിൽ നിന്ന് ഉള്ളിവടയും ആസ്വദിച്ചു. ഡോക്യുമെന്ററി സൈലന്റ്‌വാലിയെക്കുറിച്ചുള്ള നല്ലൊരറിവ് ഞങ്ങൾക്ക് പ്രദാനം ചെയ്തു.

പിറ്റേന്ന് രാവിലെ കോടമഞ്ഞിൽ കുളിച്ചുനിൽക്കുന്ന പ്രഭാതത്തിലേയ്ക്ക് ഞങ്ങൾ ഉണർന്നു. ഫ്രഷായി ഒരു പ്രഭാതനടത്തത്തിനായി കീരിപ്പാറയിലേയ്ക്ക് യാത്രയായി. വനഭംഗി അതിമനോഹരമായിരുന്നെങ്കിലും അട്ടകടി അത്ര മനോഹരമായില്ല.

കാട് പൂക്കും കാലം

തിരികെയെത്തി പ്രഭാതഭക്ഷണവും കഴിഞ്ഞ് കൃഷ്ണവനം കാണാനായി യാത്രയായി. യാത്രയ്ക്കിടയിൽ ഭവാനിപ്പുഴയെ തൊട്ടറിയാനും സാധിച്ചു. കുളിരുള്ള തെളിനീരിൽ മുഖവും കൈകാലുകളും കഴുകി വീണ്ടും യാത്ര തുടർന്നു.

കൃഷ്ണവനം സുഗതകുമാരി ടീച്ചറിന്റെ സംഭാവനയാണ്. അവർ ഈ ലോകത്തിൽ ചെയ്ത ഏറ്റവും നല്ല കർമ്മം കൃഷ്ണവനമായിരിക്കും, ആയിരിക്കുമെന്നല്ല അതേ. മൊട്ടക്കുന്നുകളെ മനോഹരമായ ഒരു വനമാക്കി മാറ്റിയിരിക്കുന്നു. കൃഷ്ണവനത്തിന്റെ ചുവട്ടിലെ കാവൽക്കാരിലൊരാൾ പറഞ്ഞതുപ്രകാരം ഇപ്പോൾ കൃഷ്ണവനത്തിനുള്ളിൽ നീർച്ചാലുകൾ പ്രത്യക്ഷപ്പെട്ടിട്ടുണ്ട്. കൂടാതെ നിരവധി മൃഗങ്ങളും.

സൈലന്റ്‌വാലി നിബിഡവനമായി തീർന്നിരിക്കുന്നു.

അതിനാൽ മൃഗങ്ങൾക്ക് ആഹാരം കിട്ടാതാവുകയും അവർ പുതിയ മേച്ചിൽപ്പുറങ്ങൾ തേടുകയും ചെയ്യുന്നു. സസ്യഭുക്കുകൾ യാത്രയാകുന്നതോടെ അവരെ ഭക്ഷണമാക്കുന്ന മറ്റ് മൃഗങ്ങളും അവിടംവിടാൻ നിർബന്ധിതരാകുന്നു. അവരൊക്കെ ഇപ്പോൾ കൃഷ്ണവനത്തിലെ അന്തേവാസികളാണെന്ന് അറിയുന്നു.

അവിസ്മരണീയമായ കാഴ്ചകൾ ഹൃദ്യമായ സൗഹൃദങ്ങൾ എല്ലാം ഉള്ളിൽ കാത്തു സൂക്ഷിക്കാൻതക്ക സമ്പന്നമായ ഭവാനിപ്പുഴയും കുന്തിപ്പുഴയും കടന്നുപോയ നീർച്ചാലുകളും ഒരുപോലെ തന്നെ സുന്ദരവും കുളിര് പകരുന്നതുമായി.

പുഴകളുടെ ശാന്തതയും വന്യതയുമെല്ലാം കാലാതീതമായി കരകവിഞ്ഞൊഴുകുന്നതുപോലെ. നഗരമാലിന്യങ്ങൾക്കിടയിൽ വീർപ്പുമുട്ടുന്ന പുഴകളും തോടും കായലും ശബ്ദമലിനീകരണവും കണ്ടു മനസുമടുത്ത ഞങ്ങൾക്ക് പ്രകൃതി ഒരുക്കിയ തെളിമകണ്ടു മനംകുളിർക്കുമ്പോൾ തഴുകിയെത്തുന്ന കാറ്റിന്റെ ശീതളിമയിൽ ശരീരം പ്രകൃതിയോട് ഇഴുകിച്ചേരുന്നതിന്റെ സുഖം സംഘാംഗങ്ങളിൽ വ്യക്തമായി കാണാമായിരുന്നു.

ഫോറസ്റ്റ് ഉദ്യോഗസ്ഥരുടെ സൗഹൃദമനോഭാവവും ഞങ്ങൾക്കായ് വനയാത്രയ്ക്കായി സൗകര്യങ്ങൾ ഒരുത്തിത്തരുന്നതിൽ കാണിച്ച ഉത്തരവാദിത്തവും സുരക്ഷയൊരുക്കി സഹോദരങ്ങളെപ്പോലെ കൂടെ നിന്നതും മനസിൽ നിന്ന് മായുന്നതല്ല.

ഇതാണ് യാത്ര.

ചരിത്രസ്മാരകങ്ങളും, പടയോട്ടശേഷിപ്പുകളും കൊട്ടാരങ്ങളും കോട്ടകൊത്തളങ്ങളും കോവിലുകളും പള്ളികളും നഗരത്തിന്റെ

തിരക്കുകളും വൈചിത്ര്യങ്ങളും, മഞ്ഞണിഞ്ഞ മലനിരകളും അഗാധഗർത്തങ്ങളും, മരുഭൂമികളും കണ്ടുള്ള തീർത്ഥയാത്രകളിൽ നിന്നും ഏറെ വ്യത്യസ്തമായ ഒരു യാത്ര അവസാനിക്കുമ്പോൾ മനസിനുള്ളിലെവിടെയോ ഈ യാത്ര അവസാനിക്കുന്നതിന്റെ നൊമ്പരം ബാക്കിയായി.

എല്ലാവരുമായി യാത്ര പറയുമ്പോൾ ഇനിയും നമ്മൾ പോകും എന്ന ദുർഗയുടെ വാക്ക് കർണ്ണങ്ങളിൽ കുളിരായി. (ദുർഗാദേവി യുടെ വാക്കല്ലേ നടക്കും).

ഇനിയും കാടുപൂക്കുന്ന യാത്രകൾ ഉണ്ടാകണമെന്ന് മനസ്സ് മന്ത്രിച്ചുകൊണ്ടേയിരുന്നു.

OO

"You can walk in a dream while you are awake:
Just walk in the misty morning of a forest!"

- Mehmet Murat Ildan

9

സഹയാത്രികർക്കൊപ്പം സ്നേഹപൂർവ്വം

യമുന നാരായണൻ

കുറച്ചു പെണ്ണുങ്ങൾ ചേർന്ന് കാടുകാണാനിറങ്ങുകയാണ്. കാടും യാത്രയും ഒക്കെ സാധ്യമാണെങ്കിലും സ്വാതന്ത്ര്യം എന്ന ഒരു സംഗതിയുണ്ട്. അതൊരു ചെറിയ കാര്യമല്ല. സ്ത്രീകൾ മാത്ര മാകുമ്പോൾ ഓരോരുത്തരിലും നിറയുന്ന ധൈര്യവും, നേതൃത്വ പാടവും, സഹാനുഭൂതിയും, കരുതലും ഒന്നും മറ്റെവിടെയും കണ്ടെത്താനാകില്ല. അതാണ് സ്ത്രീകൾ മാത്രമുള്ള യാത്രയുടെ കാതൽ. മറ്റൊന്നുകൂടിയുണ്ട്, കാടിന്റെ പച്ചപ്പ് നൽകുന്ന സുഖം മറ്റൊന്നിനും നൽകാനാവില്ല. മഞ്ഞും മഴയും നുകർന്ന് പ്രകൃതി യോട് ഏറ്റവും അടുക്കാൻ സാധിക്കുന്നതു കാടിനോടു ചേർന്നു നിൽക്കുമ്പോഴായിരിക്കും. അങ്ങനെയൊരു യാത്രയാണു മുന്നിൽ. സ്ത്രീകൾ മാത്രമുള്ള ഒരു യാത്രാക്കൂട്ടം. ജീവിതത്തിലെ പ്രശ്ന ങ്ങളെ തൽക്കാലം ഒന്ന് കുടിയൊഴിപ്പിക്കാൻ പറ്റിയ വഴികൂടിയാ ണ് യാത്രകൾ.

യാത്രയ്ക്ക് രണ്ടാഴ്ച മുൻപാണ് എന്റെ സുഹൃത്ത് വൃന്ദ (കഥ കളി സംഗീതജ്ഞൻ കോട്ടയ്ക്കൽ മധുവിന്റെ ഭാര്യ) ഈ യാത്ര യെക്കുറിച്ച് എന്നോട് പറയുന്നത്. കേട്ടപാതി കേൾക്കാത്തപാതി ഞാൻ സമ്മതം പറഞ്ഞു. പെണ്ണുങ്ങളാണ് ആ യാത്രയിൽ എന്ന താണ് യാത്രയുടെ ഹൈലൈറ്റ്. പ്രധാന പരിപാടി ഒരു പുസ്തക പ്രകാശനമാണ്. അതും ഇതുവരെ കേട്ടിട്ടില്ലാത്ത രീതിയിൽ ഭവാ നിപ്പുഴയുടെ തീരത്ത്! കൊള്ളാമല്ലോ സംഗതി! പുസ്തകം പ്രകാ ശിപ്പിക്കുന്നത് സൈലന്റ്‌വാലി വൈൽഡ് ലൈഫ് വാർഡന്റെ സാന്നിദ്ധ്യത്തിൽ, തീർന്നില്ല ഐറ്റങ്ങൾ, മഴ നടത്തം, കാട്ടിലൂടെ ട്രക്കിങ് ഇങ്ങനെ സംഭവബഹുലമാണ് കാര്യപരിപാടികൾ.

ജൂൺ ഒന്നിനു വൈകിട്ട് ഞാൻ വീട്ടിൽ നിന്നും ബാഗും തൂക്കി

യിറങ്ങി. വൃന്ദയുടെ കസിന്റെ മലപ്പുറത്തുള്ള വീട്ടിലെത്തി. രാത്രി അവരുടെ ഹൃദ്യമായ ആതിഥ്യസൽക്കാരം കഴിഞ്ഞ് പിറ്റേന്ന് കാലത്ത് ഞങ്ങൾ നാലുപേർ (ഞാൻ, വൃന്ദ, കസിൻ മീര, വൃന്ദയുടെ മോൾ) മണ്ണാർക്കാട് എത്തി. അവിടെ തിരുവനന്തപുരത്തുനിന്നുള്ള വനിതാസംഘം ഞങ്ങളെ കാത്തുനിന്നിരുന്നു. ഞങ്ങൾ അപ്പോൾതന്നെ സാമാന്യം നന്നായി അവരെ വെയിറ്റ് ചെയ്യിപ്പിച്ച് വെറുപ്പിച്ചു കഴിഞ്ഞിരുന്നു. ഏതായാലും അതിന്റെ മുഷിച്ചിലൊന്നും ആരുടേം മുഖത്തില്ല. മാത്രവുമല്ല നല്ല രസികൻ ചക്കയപ്പം വൃന്ദ ഉണ്ടാക്കി എടുത്തിരുന്നത് ഒരു പ്രതിരോധത്തിനായി ഉപയോഗിക്കാൻ ഞങ്ങൾ തയ്യാറെടുത്തിരുന്നു. ഏതായാലും അതൊന്നും വേണ്ടി വന്നില്ല. പത്തൊമ്പതുപേർ അടങ്ങിയ സംഘം രാവിലെ ഏഴുമണിയോടെ സൈലന്റ്‌വാലി കാടുകയറാൻ ആരംഭിച്ചു. ലക്ഷ്യസ്ഥലത്തിനു കൃത്യം ഒരു കിലോമീറ്റർ ബാക്കിനിൽക്കേ വഴിയിൽവച്ച് വണ്ടിയുടെ ഫാൻബെൽറ്റ് പൊട്ടിയെങ്കിലും വണ്ടിയിലെ സുന്ദരികളെ ഓർത്തിട്ടാവും ലക്ഷ്യം കണ്ടിട്ടേ വണ്ടി നിന്നുള്ളൂ. അങ്ങനെ ഞങ്ങൾ മുക്കാലിയിൽ എത്തി. മഴയും ചെറിയൊരു കോടമഞ്ഞും കൊണ്ട് സുന്ദരിയായ മുക്കാലി വളരെ ഹൃദ്യമായി തന്നെ ഞങ്ങളെ സ്വാഗതം ചെയ്തു. കുടുംബത്തോടൊപ്പം യാത്ര ചെയ്യുമ്പോഴോ കേളേജ് ടൂറു പോകുമ്പോഴോ കാണുന്ന മഞ്ഞും മഴയുമല്ല ഈ യാത്രയിൽ കണ്ടത്. ഇതിപ്പോൾ കൊച്ചു പെൺകുട്ടികളെപ്പോലെ തുള്ളിച്ചാടുന്നവരാണു ചുറ്റും. അങ്ങനെ ചിന്തിക്കുമ്പോൾ ഈ കാഴ്ച അതുല്യം അവർണനീയം.

മുക്കാലി വനംവകുപ്പിന്റെ ഡോർമറ്ററിയിലെത്തി ഫ്രഷായി അടുത്തഘട്ടത്തിലേക്കു കടക്കുമ്പോൾ ചടങ്ങിലേക്കു വൈൽഡ് ലൈഫ് വാർഡൻ വരാൻ അല്പം വൈകിയതു സൃഷ്ടിച്ച ചെറുകയ്പ്പ് പക്ഷേ, അദ്ദേഹത്തിന്റെ ഞങ്ങളോടുള്ള മധുരതരമായ ഇടപെടൽ അലിയിച്ചു കളഞ്ഞു. പെൺകൂട്ടത്തിന് അദ്ദേഹം തന്ന സമ്മാനം ഞങ്ങളുടെ പല അജണ്ടകളും മാറ്റിമറിച്ചു. കാര്യപരിപാടിയിൽ അങ്ങനെയാണ് സൈരന്ധ്രിയാത്ര ഇടം പിടിച്ചത്. കാടിന്റെ ബഫർഏരിയയും കടന്ന് കോർഏരിയയിലൂടെയുള്ള നീണ്ട യാത്ര. മഞ്ഞും മഴയും വെള്ളച്ചാട്ടങ്ങളും കാടിന്റെ ഗന്ധവും ആസ്വദിച്ച് ജീപ്പിൽ ഫോറസ്റ്റുകാരോട് ഒപ്പം.

ആഹാ! എന്തു പറയാൻ, ചുറ്റും പൊതിയുന്ന തണുപ്പിനെന്തു സുഖം! സൈരന്ധ്രി, അവൾ ഒരു കാമുകിയെ പോലെ തോന്നി. എത്ര ചുംബിച്ചാലും മതിവരാത്ത എത്ര പുണർന്നാലും കൊതി

തീരാത്ത എത്ര കണ്ടാലും മടുക്കാത്ത ഒരു കാമുകിയെപ്പോലെ. സത്യത്തിൽ എനിക്ക് അവിടെ നിന്നു പോരാനേ തോന്നിയില്ല. മഞ്ഞും, മഴയും, കാറ്റും, കുളിരും ചേർന്ന് ആകെ പ്രണയാതുരമായ ഒരു അന്തരീക്ഷം.

കാടിനെ അറിയാനുള്ള സെഷൻ ആയിരുന്നു പിറ്റേന്ന്. എല്ലാവരും വളരെ എക്സൈറ്റഡ് ആയതുകൊണ്ട് വേഗം ഉണർന്നു റെഡിയായി. ഫോറസ്റ്റ്കാരോടൊപ്പം ഞങ്ങൾ കാടിനുള്ളിലേക്ക് പ്രകൃതിയെ അറിഞ്ഞുകൊണ്ടും അനുഭവിച്ചുകൊണ്ടും നടക്കാൻ ഇറങ്ങി. കാടുകാണൽ അത്ര എളുപ്പമല്ല. വനം വകുപ്പിന്റെ മുൻകൂർ അനുവാദം അത്യാവശ്യമാണ്. ജീവിതത്തിൽ ഇതുവരെ മഴ നനയാത്തവർ ഉണ്ടായിരുന്നു ഞങ്ങളുടെ കൂട്ടത്തിൽ. ഈ പ്രഭാത നടത്തത്തിൽ എല്ലാവരും മഴ നനഞ്ഞു. ചെറിയ ചാറ്റൽമഴ, പക്ഷികളുടെ ശബ്ദം, പുലർകാലം, കാടിന്റെ മനോഹാരിത.

പ്രാതലിനുശേഷം കൃഷ്ണവനത്തിൽ എത്തി. അവിടെവച്ച് കുറച്ചു മുൻപ് ആനയുടെ ചിന്നം വിളി കേട്ടതാണെന്ന് ഫോറസ്റ്റ് ഗാർഡ് പറഞ്ഞതു കേട്ട് ഒന്ന് ഞെട്ടാതിരുന്നില്ല. മുന്നിൽ കരിമ്പുലി അടക്കം വിഹരിക്കുന്ന കാടു കണ്ട് നിൽക്കുമ്പോൾ മനസ്സിൽ സുഗതകുമാരി ടീച്ചറുടെ രാത്രിമഴ മെല്ലെ പെയ്യുകയായിരുന്നു. പിന്നെ ഭവാനി പുഴയോരത്തുകൂടി ഒരു ചെറു യാത്ര, ഉയരത്തിലേക്കു പോകുന്തോറും താഴെ വെള്ളി അരഞ്ഞാണം പോലെ അവൾ തമിഴ്നാട്ടിലേക്കു കുതിച്ചൊഴുകുന്നു.

വിട പറയാൻ സമയമായിരിക്കുന്നു.

എല്ലാവരും ചേർന്ന് ഒരു ഗ്രൂപ്പ് ഫോട്ടോ എടുത്തു. സുഖദമായൊരോർമയുടെ ശേഷിപ്പ്. വെളിച്ചത്തിന് ഇരുട്ട്. ദുഃഖത്തിന് സുഖം. അതുപോലെ കയറ്റത്തിനുള്ള മറുവശമായി തിരിച്ചിറക്കം. മടക്കയാത്രയിൽ എല്ലാവരും ഒന്ന് രണ്ട് വാക്കുകളിൽ തങ്ങളുടെ അനുഭവങ്ങൾ പങ്കുവെച്ചു. പിരിയുന്നതിനുള്ള ചെറിയ വിഷമം എല്ലാവരിലും ഉണ്ടായിരുന്നെങ്കിലും കാലങ്ങളോളം ഓർത്തുവെക്കാനും മനസ്സിനെയും ശരീരത്തിനെയും ഒന്ന് റീഫ്രഷ് ചെയ്യാനുമുള്ള അവസരമായി ഈ യാത്ര. ഓരോ യാത്രയുടെ ഒടുക്കവും അടുത്ത യാത്രയ്ക്കുള്ള കാത്തിരിപ്പിന്റെ ആരംഭമാണ്. അതിനാൽ യാത്ര അവസാനിക്കുന്നില്ല എനിക്കു മുന്നിൽ. കുതിച്ചൊഴുകുന്ന ഭവാനിയെപ്പോലെ എന്റെ ജീവിതത്തെയതു നയിക്കട്ടെ.

൦൦

*"When you are lost in the wilderness,
a tree will always point you in the right direction."*

- Anthony T. Hincks

10

സ്വപ്ന യാത്ര

വൃന്ദ പി.

നിറയെ പാടവും തോടും അരുവികളും മനോഹരമായ പാറകളും കുന്നുകളും അതിരിട്ട പന്തലൂർ മലയുടെ താഴ്വാരത്തിലെ ഒരു കൊച്ചുഗ്രാമമാണ് എന്റേത്. അതിന്റെ മനോഹാരിത ആവോളം ആസ്വദിച്ചിട്ടുമുണ്ട് ബാല്യത്തിൽ. അടുത്തുള്ള മുത്തോംപാറയിലേക്ക് ഒരുദിവസം കൂട്ടുകാരികളുമൊത്ത് പോയത് ഇപ്പോഴും ഓർക്കുന്നു. അതിന്റെ നെറുകയിൽ എത്തിയപ്പോൾ എന്തായിരുന്നു സന്തോഷം! ട്യൂഷൻ ക്ലാസ്സിന് അടുത്തുള്ള പടുവിൽകുന്നിലേക്ക് മാഷിനൊപ്പം പോയതും നനുത്തൊരോർമയാണ്. ചെറിയ ക്ലാസ്സിൽ പഠിക്കുമ്പോൾ അവധിക്കാലത്ത് തൊട്ടടുത്തുള്ള സ്കൂളിൽ പരിഷത്തിന്റെ ക്ലാസ്സുകളും ഷോകളും ഉണ്ടായിരുന്നു. അന്നത്തെ ഒരു കാഴ്ചയാണ് ഒരു സ്വപ്നമായി ഇത്രകാലവും മനസ്സിൽ തങ്ങിയത്. അത് സൈലന്റ്‌വാലിയേയും അട്ടപ്പാടിക്കുന്നുകളേയും കുറിച്ചായിരുന്നു. അന്നത്തെ ഷോ കണ്ടപ്പോൾ എന്നെങ്കിലും അവിടെ പോവാൻ പറ്റുമോ എന്ന് ചിന്തിച്ചിരുന്നു. പിന്നീട് കുറെക്കാലം അതിനൊന്നും കഴിഞ്ഞില്ല. മണ്ണാർക്കാട് പോകുമ്പോളെല്ലാം സൈലന്റ്‌വാലി ഒരു മോഹമായി എന്നും കൂടെ ഉണ്ടായിരുന്നു. കുറച്ചു ദിവസങ്ങൾക്ക് മുൻപ് ദുർഗ(കസിൻ)യുടെ ഒരു വാട്സ്ആപ്പ് സ്റ്റാറ്റസ് ആണ് അന്നത്തെ മോഹത്തിന് ആക്കം കൂട്ടിയത്. എല്ലാവിവരങ്ങളും ദുർഗയോടു ചോദിച്ചു മനസിലാക്കി. അപ്പോഴും സംശയമായിരുന്നു നടക്കുമോ എന്ന്. കൂട്ടിന് കസിൻ ബൈജുചേച്ചിയോടും കൂട്ടുകാരി യമുനയോടും ചോദിച്ചു. അവർ റെഡി ആയി. കൂടെ മോളെയും (ഇന്ദുട്ടി) കൂട്ടി. പിന്നിട് ആ ദിവസത്തിനായുള്ള കാത്തിരിപ്പ്. കുറച്ചു ചക്കയപ്പം ഉണ്ടാക്കി എല്ലാവർക്കും കൊടുക്കാമല്ലോ എന്ന് കരുതി. ഷൂ ഒന്നും ഞാൻ ഇട്ടിട്ടേയില്ല. ഈ യാത്ര

ക്കായി ഷൂ വാങ്ങി. എല്ലാം പെട്ടെന്നായിരുന്നു. അങ്ങനെ ഒന്നാം തിയതി ഞങ്ങൾ ബൈജുചേച്ചിയുടെ (മീര) വീട്ടിൽ പോയി അവിടെ നിന്നും രണ്ടാം തീയതി രാവിലെ മണ്ണാർക്കാട്ടേക്ക് തിരിച്ചു. പക്ഷേ, ബസ്സ് സമയം മാറി പറഞ്ഞതു കാരണം ഞങ്ങൾക്ക് ഒരു ബസ് മിസ്സ് ആയി. പിന്നീടുവന്ന ബസ്സിൽ ആണ് പോയത്. തിരുവനന്തപുരത്തുനിന്ന് വന്നവർ ഞങ്ങളെ വെയിറ്റ് ചെയ്യേണ്ടതായി വന്നു. നെല്ലിപ്പുഴയിൽ നിന്നും അവരോടൊപ്പം ചേർന്ന് സൈലന്റ് വാലിയിലേക്ക്.

പ്രഭാതം വളരെ മനോഹരമായിരുന്നു. മുക്കാലിയിലേക്ക് എത്തുന്നതിനു മുൻപ് മഞ്ഞു മൂടിയ മലകളും പച്ചപ്പും വണ്ടിയിലിരുന്ന് ആസ്വദിച്ചു. ഇങ്ങനെയുള്ള കാഴ്ചകളൊക്കെ നേരിട്ടു തന്നെ കാണണം. പറഞ്ഞറിയിക്കാൻ പറ്റാത്തത്രയും മനോഹരമായിരുന്നു കാഴ്ചകൾ.

മുക്കാലിയിലെത്തി അവിടെ ഡോർമറ്ററി കിട്ടി. എല്ലാവരും ഫ്രഷ് ആയി. ചക്കയപ്പം എല്ലാവർക്കും കൊടുത്തു. എല്ലാവർക്കും നല്ല സന്തോഷമായി. പിന്നിട് ബ്രേക്ക്ഫാസ്റ്റ് കഴിച്ചു. അവിടെ തന്നെയുള്ള കോൺഫറൻസ് ഹാളിൽ വന്നിരുന്നു. കുറച്ചു കഴിഞ്ഞപ്പോൾ ഫോറസ്റ്റ് ഓഫീസർമാർ വന്നു. പുസ്തകപ്രകാശനം (മഴയുടെ സങ്കീർത്തനങ്ങൾ) ഭവാനിപ്പുഴയുടെ തീരത്ത് വച്ച് വിനോദ് സാർ നിർവഹിക്കാനുണ്ടായിരുന്നു. സാർ വരുന്നതുവരെ എല്ലാവരും സ്വയം പരിചയപ്പെടുത്തലുമായി കഴിഞ്ഞു. വൈൽഡ് ലൈഫ് വാർഡൻ വന്ന ശേഷം ഞങ്ങൾക്ക് ഒരു ഓഫർ കിട്ടി. കുന്തിപ്പുഴ കാണാനുള്ള പെർമിഷൻ അദ്ദേഹം തന്നു. കുറേക്കാലയമായി അടച്ചിട്ടിരിക്കുകയായിരുന്നു അവിടം.

പിന്നീട് ഭവാനിപ്പുഴയുടെ തീരത്തേക്ക് എല്ലാവരും കൂടി പോയി. വളരെ മനോഹരിയായി കല്ലുകളിൽ തട്ടിയും മുട്ടിയും തെളിനീരോടെ ഒഴുകുന്ന ഭവാനിപ്പുഴ. ആ കാഴ്ച നയന മനോഹരം തന്നെ. കേരളത്തിൽ കിഴക്കോട്ട് ഒഴുകുന്നവയിൽ ഒരു നദിയാണ് ഭവാനിപ്പുഴ. നീലഗിരിക്കുന്നുകളിൽ നിന്നുത്ഭവിച്ച സൈലന്റ് വാലി കാടുകളിലൂടെ പടിഞ്ഞാട്ടൊഴുകി പിന്നിട് മുക്കാലിയിൽ വെച്ച് തിരിഞ്ഞ് കിഴക്കോട്ട് തമിഴ്നാട്ടിലേക്ക് ആണ് ഇതിന്റെ ഒഴുക്ക്. ഈ നദി പിന്നിട് കാവേരിയിൽ ചേർന്ന് ബംഗാൾ ഉൾക്കടലിൽ ചേരുന്നു. ഈ നദിയെ തിരിച്ചു വിടാൻ ഒരു ശ്രമം നടത്തിയിരുന്നു. പിന്നീട് അതിനെതിരായി ദേശീയതലത്തിൽത്തന്നെ പ്രക്ഷോഭങ്ങൾ ഉണ്ടായപ്പോൾ അത് ഉപേക്ഷിക്കുകയായിരുന്നു.

നദിയുടെ മനോഹാരിത ആസ്വദിച്ച് പുസ്തക പ്രകാശനം നടന്നു. പുസ്തകം ശാന്ത ടീച്ചർക്കു നൽകികൊണ്ട് വൈൽഡ് ലൈഫ് വാർഡൻ വിനോദ് ഐഎഫ്എസ് പ്രകാശനം ചെയ്തു. തിരിച്ചു മുക്കാലിയിലേക്ക്. ഭക്ഷണംകഴിച്ച് സൈലന്റ്‌വാലി കാണാൻ പുറപ്പെട്ടു.

ജീപ്പുകളിൽ ആയിരുന്നു യാത്ര. ഈ ജീപ്പ് യാത്ര 20 കൊല്ലം മുൻപുള്ള കല്യാണങ്ങളെ ഓർമിപ്പിച്ചു. വനംവകുപ്പ് ഏർപ്പെടുത്തിയ ജീപ്പുകളിലായിരുന്നു യാത്ര. മുൻകൂർ അനുവാദം ഇല്ലാതെ ആളുകൾക്കും വാഹനങ്ങൾക്കും പ്രവേശനം ഇല്ലാത്ത സ്ഥലമാണ് ഇത്. ഏകദേശം 22 കിലോമീറ്റർ ഉണ്ട് സൈരന്ധ്രിയിലേക്ക്. നല്ല റോഡ് അല്ലാത്തതുകൊണ്ട് തന്നെ രണ്ടു മണിക്കൂറോളം സമയമെടുത്തു അവിടെയെത്താൻ. ഞങ്ങളുടെകൂടെ ഫോറസ്റ്റ് ഓഫീസർമാരും, ബയോളജിസ്റ്റ് രാജേഷ് സാറും ഉണ്ടായിരുന്നു. പകുതിയോളം ദൂരം വലിയ ഇരുളിമ ഇല്ലായിരുന്നു. പിന്നിട് നല്ല കൊടുംകാടു തന്നെ. സമയം മൂന്നു മണി ആയിട്ടേ ഉള്ളുവെങ്കിലും സന്ധ്യാനേരം പോലെ. പോകുംവഴി താഴത്തേക്ക് നോക്കിയാൽ താഴ്‌വരയിൽ ഒരു ആദിവാസി ഊരുണ്ട്. അങ്ങോട്ട് മറ്റൊരു വഴിയാണ്. കാട്ടിനുള്ളിലാണ് അവരുടെ വാസം. വലിയ മലകളും താഴ്‌വരകളും നിറഞ്ഞതാണീ പ്രദേശം. പോകുന്ന വഴിയിൽ ചിലപ്പോൾ മഞ്ഞുമൂടുന്നത് കാണാമായിരുന്നു. ഇടയ്ക്കിടെ ചെറിയ വെള്ളച്ചാട്ടങ്ങളുമുണ്ട്. ജീപ്പിന്റെ ഡ്രൈവർ അവിടെയൊക്കെ നിർത്തിയതുകൊണ്ട് ഫോട്ടോ എടുക്കാൻ പറ്റി. അപ്പോഴേക്കും ചെറിയ മഴ തുടങ്ങിയിരുന്നു. എങ്ങും കടും പച്ച നിറം. എത്ര വർണിച്ചാലും മതിയാവില്ല കാടിന്റെ മനോഹാരിത. റോഡിലൂടെ ഉള്ള യാത്ര കുറച്ചു റിസ്ക് തന്നെയായിരുന്നു. അങ്ങനെ സൈരന്ധ്രിയിൽ എത്തി. അവിടെ വാച്ച്ടവർ ഉണ്ട്. അതിൽ കുറെ പേർ കയറി. ഞാനും ഇന്ദുട്ടിയും കയറി. മുകളിൽ നിന്നാൽ കുന്തിപ്പുഴ ഒഴുകുന്നത് കാണാം. ചാറ്റൽമഴ ഉണ്ടായിരുന്നു. ടവറിന്റെ മുകളിലേക്ക് പോകും തോറും അതിശക്തമായ കാറ്റ് അടിച്ചുകൊണ്ടിരുന്നു. ശരിക്കും കാറ്റിന്റെ ശബ്ദം അനുഭവിച്ചറിയാൻ സാധിച്ചു. നാലു ഭാഗവും കടുംപച്ച നിറത്തിലുള്ള കാട്. മലകളുടെ മുകളിലൂടെ ഒഴുകി നടക്കുന്ന മഞ്ഞും ചെറിയ മഴയും എന്താ പറയുക! പ്രകൃതി എത്ര മനോഹരിയാണെന്ന് നമുക്ക് അറിയാൻ കഴിയും. നല്ല ശുദ്ധവായു ശ്വസിച്ച് നല്ല കാഴ്ചകൾ കണ്ട് കാടറിഞ്ഞ ഒരു യാത്ര. ടവറിൽ നിന്നുള്ള ഇറക്കം കുറച്ചു ബുദ്ധിമുട്ടായിരുന്നു. ടവറിൽ നിന്ന് ഇറങ്ങി വന്നപ്പോൾ താഴെ നിന്ന ചിലരെ ഒക്കെ അട്ട കടിച്ചിരിക്കു

ന്നു. പിന്നിട് കുറച്ചു നേരംകൂടി അവിടെ തങ്ങിയശേഷം വീണ്ടും ജീപ്പിലേക്ക്. തിരികെ മുക്കാലിയിലെത്തി വിശ്രമിക്കുമ്പോഴേക്കും ബയോളജിസ്റ്റ് ഡോക്യുമെന്ററി കാണിച്ചുതന്നു. സൈലന്റ് വാലിയുടെ ചരിത്രവും അതിൽ കണ്ടു. അദ്ദേഹം വിവിധ സ്ഥലത്തുനിന്ന് എടുത്ത പക്ഷികളുടെ ഫോട്ടോസും കാണിച്ചു തന്നു. കാടിന്റെ തണുപ്പറിഞ്ഞ് ഉറങ്ങി.

രാവിലെ അഞ്ചുമണിക്കു തന്നെ പലരും എഴുന്നേറ്റിരുന്നു. അങ്ങനെ ഞങ്ങളും എഴുന്നേറ്റു. ഏഴു മണിക്ക് കാട്ടിലേക്ക് നടത്തം പ്ലാൻ ചെയ്തിരുന്നു. അതിനായി എല്ലാവരും ഷൂ, റെയിൻ കോട്ടും അണിഞ്ഞു തയാറായി. നമ്മുടെ കൂടെ ഫോറസ്റ്റ് ഓഫീസർമാരായ കൃഷ്ണകുമാർ സാറും, കീർത്തി മാഡവും, ബയോളജിസ്റ്റ് രാജേഷ് സാറും, ജമാൽ സാറും ഉണ്ടായിരുന്നു. ഫോറസ്റ്റ് ജീപ്പും ഉണ്ടായിരുന്നു. എല്ലാവരും ജീപ്പിന്റെ മുമ്പിൽ നിന്ന് ഫോട്ടോ എടുത്തു. നടക്കാൻ തുടങ്ങിയപ്പോഴേക്കും അട്ട കാലിൽ കയറാൻ തുടങ്ങി. സാനിറ്റൈസർ ഉപയോഗിച്ച് അവയെ തട്ടിമാറ്റി. കാട്ടിൽ നിന്ന് പക്ഷികളുടെ ശബ്ദം കേൾക്കാമായിരുന്നു. ഇടക്കിടെ കുഞ്ഞു അരുവികളുണ്ട്. അതൊക്കെ ആസ്വദിച്ചു കുറെ നേരം കാട്ടിൽ നടന്നു. ഭക്ഷണംകഴിച്ച് കൃഷ്ണവനം കാണാനായി ട്രാവലറിൽ എല്ലാവരും യാത്ര തിരിച്ചു. മുക്കാലിയിൽ നിന്നും ഊട്ടിയിൽ പോകുന്ന വഴിയാണ് കൃഷ്ണവനം. വർഷങ്ങൾക്ക് മുൻപ് ഇവിടെ നല്ല കാടായിരുന്നു. കൃഷിക്കായി ഈ കാടെല്ലാം വെട്ടി വെളിപ്പിച്ചു. അവിടെ ഉണ്ടായിരുന്ന പുഴ വറ്റിവരണ്ടു. കാടുനിന്നിരുന്ന സ്ഥലങ്ങൾ ഒക്കെ മൊട്ടക്കുന്നുകൾ ആയിമാറി. ഇവിടെ വീണ്ടും കാടുകളാക്കി മാറ്റാൻ മുൻകൈ എടുത്തതു സുഗതകുമാരി ടീച്ചർ ആണ്. ടീച്ചർ നാട്ടുകാരുടെയും വനംവകുപ്പിന്റെയും സഹായത്തോടെ നിറയെ മരം വച്ചുപിടിപ്പിച്ചു. ഇന്ന് ഇതൊരു കൊടും കാടാണ്. ആനയും പുലിയും ഒക്കെ ഉള്ള കാട്. പീകോക്ക് നിറത്തിലുള്ള ഒരു പൂമ്പാറ്റ പറന്നു പോകുന്നത് കണ്ടു. ഇവിടെ വെച്ച് സുഗതകുമാരി ടീച്ചറുടെ കവിതയും അയ്യപ്പപണിക്കരുടെ കവിതകളും കുട്ടികൾ ആലപിച്ചു. ദുർഗ, സുഗതകുമാരി ടീച്ചർ അനുസ്മരണം നടത്തി. കാടിന്റെ ഓരത്തുനിന്ന് ഞങ്ങൾക്ക് കൃഷ്ണവനം ആസ്വദിക്കാൻ കഴിഞ്ഞു.

ആനക്കട്ടിയിലേക്ക് പോവുന്ന റോഡിലൂടെ അട്ടപ്പാടി ഊര് കാണാൻ പോയി. മല്ലീശ്വരൻക്ഷേത്രവും നേരെ എതിർവശത്തു മല്ലീശ്വരൻ മുടിയും കണ്ടു. വലിയൊരു മലയാണിത്. ശാന്ത ടീച്ചർ

മല്ലീശ്വരൻമുടിയുടെ ഐതിഹ്യം പറഞ്ഞുതന്നു. എല്ലാവരും അവിടെ നിന്ന് ഫോട്ടോ എടുത്തു. മനോഹരമായ കാഴ്ചകൾ ആയിരുന്നു. ചെറിയതോതിൽ ആളുകൾ താമസിക്കുന്ന ഇടങ്ങളാണ് ഇവ ഒക്കെ. കൃഷിസ്ഥലങ്ങളും ഉണ്ട്. പ്രധാനമായും കപ്പ, വാഴ, നിലക്കടല, പയർ, നെല്ലിക്ക, മാങ്ങാ എന്നിവയൊക്കെ കൃഷി ചെയുന്നത് കണ്ടു. കുറെദൂരം ഭവാനിപുഴയുടെ തീരത്തുകൂടിയാണ് യാത്ര. പുഴയിലെ വെള്ളമാണ് കൃഷിക്കായി ഉപയോഗിക്കുന്നത്. എല്ലാ കൃഷിയിടങ്ങളിലും ഡ്രിപ് ഇറിഗേഷൻ ചെയ്തു വച്ചിട്ടുണ്ട്. ഭവാനി പുഴയുടെ തീരത്തുകൂടി പോകുമ്പോൾ ഒരു സ്ഥലത്ത് ഇറങ്ങാൻ പറ്റി. നല്ല തെളിനീരോടെ ഒഴുകുന്ന പുഴ നിറയെ ഉരുളൻ കല്ലുകൾ. വെള്ളമില്ലാത്ത സ്ഥലത്ത് പശുക്കൾ മേയുന്നു. വലിയ ആഴമില്ലെങ്കിലും പുഴയിൽ ഇറങ്ങാൻ പറ്റില്ല. നല്ല വഴുക്കലുള്ള പാറകളാണ് പുഴയിലുള്ളത്. സമീപത്ത് ചെറിയ ആദിവാസി ഊരുകളാണ്. ഞങ്ങൾ വണ്ടിയിൽ പോവുമ്പോൾ ഒരു കുഞ്ഞുകുട്ടി ഞങ്ങൾക്ക് ടാറ്റാ തന്നു. തിരിച്ചുകൊടുത്തപ്പോൾ അവന്റെ സന്തോഷം കാണാമായിരുന്നു. നരസിമുക്കിൽ നിന്നും മുക്കാലിയിലേക്ക്. ഇടയിൽ ചെറിയൊരു സൂര്യകാന്തിപാടം കണ്ടു. മലകളുടെ മുകളിലായി കറ്റാടികൾ സ്ഥാപിച്ചിട്ടുണ്ട്. ഈ ഭാഗങ്ങളിലായി കുറെ റിസോർട്ടുകൾ ഉണ്ട്. നല്ല ഭക്ഷണം ആയിരുന്നു. പിന്നീട് പാക്കിങ് കഴിഞ്ഞ് എല്ലാവരും മൂന്നു മണിയോടെ ഹാളിലെത്തി. ഓഫീസർ വന്നു സൈലന്റ്‌വാലിയെക്കുറിച്ച് സംസാരിച്ചു. ശാന്തടീച്ചർ സംസാരിച്ചു. ദുർഗ എല്ലാവർക്കും ഫെമിൻഗോ ബുക്സിന്റെ പാർട്ടിസിപ്പേഷൻ സർട്ടിഫിക്കറ്റ് തയ്യാറാക്കിയിരുന്നു. അത് ബാലമുരളി സാർ വിതരണം ചെയ്തു. സേതുടീച്ചർ നന്ദി പറഞ്ഞു. ശാന്തടീച്ചർ, അനുരാധ ടീച്ചർ, ഇവരെല്ലാം പകർന്നുതന്ന അറിവുകൾ മൂല്യവത്താണ്. യാത്രയിൽ പങ്കെടുത്ത എല്ലാവരും നല്ല കൂട്ടായി.

ദുർഗയോടുള്ള നന്ദി സ്നേഹം എങ്ങനെ ആണ് പറയേണ്ടത് എന്നറിയില്ല. മലയാളികൾ ഒരിക്കലെങ്കിലും പോകേണ്ട ഒരു സ്ഥലമാണിവിടം എന്നു മാത്രം പറയാം. കാടുംമലയും ഇഷ്ടപ്പെടുന്നവർ പ്രത്യേകിച്ച്.

അങ്ങനെ ഒരു സ്വപ്നയാത്ര സഫലമായി.

ഠഠ

***"Trees are sanctuaries.
Whoever knows how to speak to them,
whoever knows how to listen to them,
can learn the truth."***

- Hermann Hesse

11

സിനിമപോലൊരു യാത്ര

റെഫി മോൾ

സീൻ ഒന്ന്

ഞാനും യാത്രയ്ക്ക്!

സിനിമ എനിക്ക് ഇഷ്ടമാണ്, യാത്രയും. വളരെ അപ്രതീക്ഷിതമായി ഒരു മനോഹരമായ യാത്ര തരപ്പെട്ടാലോ? അതിന്റെ കഥയാണ് ഇനി പറയാൻ പോകുന്നത്. പ്രവാസിയായ അനിയത്തിയുടെ എഴുത്തുംകൂടിയുൾപ്പെട്ട ഒരു പുസ്തകം പ്രസിദ്ധീകരിക്കാൻ പോകുന്നുവെന്നു കേട്ടപ്പോൾ, എനിക്ക് ആ പ്രകാശനച്ചടങ്ങിൽ പങ്കെടുക്കണം എന്നൊരാശ തോന്നി. തിരുവനന്തപുരത്തെവിടെയെങ്കിലും വച്ചാകും പ്രകാശനം എന്നായിരുന്നു എന്റെ ധാരണ. കാരണം ഫെമിൻഗോ ബുക്സിന്റെ ആസ്ഥാനം, തിരുവനന്തപുരത്താണല്ലോ. എന്നാൽ, സംഗതി പാലക്കാട് സൈലന്റ്‌വാലിയിൽ ഭവാനിപ്പുഴയുടെ തീരത്താണ് നടക്കാൻ പോകുന്നതെന്ന് അറിഞ്ഞപ്പോൾ മനസ്സിൽ ഒരു ചിന്ത, ഒന്നു പോയാലോ എന്ന്. രണ്ടു ദിവസത്തെ യാത്രയാണ്, ഞാൻ ഇതുവരെ കുടുംബത്തെ വിട്ട് ഒറ്റക്കിങ്ങനൊരു യാത്ര ചെയ്തിട്ടില്ല. പക്ഷേ, പലവിധ ചിന്തകൾ എന്നെ അലട്ടിയെങ്കിലും ഞാനീ യാത്രയിൽ പങ്കെടുത്തിരിക്കും എന്നങ്ങു തീരുമാനിച്ചു. കാരണം കാടും, പുഴയും, മലകളും, യാത്രയുമെല്ലാം എനിക്കത്രമേൽ പ്രിയപ്പെട്ടതാണ്. അങ്ങനെയാണു ഫെമിൻഗോയുടെ സ്വന്തം ദുർഗച്ചേച്ചിയെ വിളിച്ചത്. ഞാൻ സ്വയം പരിചയപ്പെടുത്തി. അതിനെന്താ റെഫീ വന്നോളൂ, എന്നു ചേച്ചി പറഞ്ഞപ്പോൾ സമാധാനമായി. കുറച്ചുസമയം ചേച്ചിയോട് സംസാരിച്ചപ്പോൾ വളരെ അടുപ്പമുള്ള ഒരാളോടു സംസാരിക്കുന്നതു പോലെ തോന്നുകയും ചെയ്തു.

സീൻ 2

തയ്യാറെടുപ്പും പുറപ്പാടും

പിന്നീടങ്ങോട്ട് ജൂലൈ ഒന്നാകാനുള്ള കാത്തിരിപ്പായിരുന്നു. ദിവസങ്ങളെണ്ണിയെണ്ണി ഞാൻ കാത്തിരുന്നു. ഇതിനിടയിൽ 'മഴയാത്ര'ക്കാരെല്ലാം ചേർന്നൊരു വാട്സാപ്പ് ഗ്രൂപ്പുണ്ടാക്കി. സൂം മീറ്റിംഗ് വച്ചു. എന്നിട്ടും പ്രീനയെ ഒഴിച്ച് അധികമാരെയും പരിചയപ്പെടാൻ കഴിഞ്ഞില്ല. ഒടുവിൽ യാത്രയുടെ ദിവസം വന്നെത്തി. തലേന്നു, തന്നെ എല്ലാ വീട്ടുകാര്യങ്ങളും തയ്യാറാക്കി. വരുന്ന ശനിയാഴ്ച അവധിയാണെന്നും, രണ്ട് ദിവസം ഞാൻ വീട്ടിൽ കാണില്ലെന്നും, എന്റെയടുത്ത് പഠിക്കാൻ വരാറുള്ള കുട്ടിപ്പട്ടാളങ്ങളുടെ അമ്മമാരോട് നേരത്തെ തന്നെ അറിയിച്ചിരുന്നു. ഒടുവിൽ എല്ലാം തയ്യാർ. രാത്രി എട്ടരയ്ക്കാണു ട്രെയിൻ. വീട്ടിൽ നിന്നും മോനൊപ്പം ബൈക്കിൽ പുറപ്പെട്ടു. കവടിയാറിൽ നിന്നു റെയിൽവേ സ്റ്റേഷനിലേക്ക് 15 മിനിറ്റ് യാത്രയേയുള്ളൂ. ഞങ്ങൾ സ്റ്റേഷനിൽ എത്തി. പ്ലാറ്റ്ഫോംനമ്പർ മൂന്നിൽ അതാ ഒരു കൂട്ടം സുന്ദരിമാർ എന്നെയും കാത്തു നിൽക്കുന്നു! ചുമ്മാതല്ല, ഞാനാണ് ഏറ്റവും അവസാനം എത്തിയത്. ചെറിയ ചമ്മലോടെ എല്ലാവർക്കും ഹായ് പറഞ്ഞു. പിന്നെ, മോനെക്കൊണ്ട് നമ്മുടെ ഒരുമിച്ചുള്ള ഫോട്ടോ എടുപ്പിച്ചു. ഉടൻ തന്നെ ഞാനത് ഫോണിൽ സ്റ്റാറ്റസാക്കി. ഒട്ടുംതന്നെ താമസിയാതെ എല്ലാവരും ട്രെയിനിൽ കയറി.

ദുർഗചേച്ചി എന്റെ ബർത്ത് കാണിച്ചു തന്നു. ഞാൻ ലഗേജൊക്കെ അവിടെവച്ചു. എന്റെ അടുത്തുള്ള ബർത്തുകളിലൊന്നും, കൂടെയുള്ള ആരുമുണ്ടായിരുന്നില്ല. എന്റെ തൊട്ടടുത്ത ക്യാബിനിൽ നമ്മുടെ കൂടെയുള്ള ഒരു മോളുണ്ട്. അവളോട് പേരു ചോദിച്ചു. മീനാക്ഷി, ഇടയ്ക്ക് എത്തിനോക്കിയാൽ അവളെ കാണാം. അതാണ് ആകെ ഒരാശ്വാസം. കൃത്യം 8.30ന് തിരുവനന്തപുരം- മധുര അമൃത എക്സ്പ്രസ് പതിയെ നീങ്ങിത്തുടങ്ങി. പുറംകാഴ്ചകളൊക്കെ കണ്ടങ്ങനെയിരിക്കുമ്പോൾ, ഫോണിൽ ചറപറാ മെസേജുകൾ വരാൻ തുടങ്ങി. സ്റ്റാറ്റസിട്ടതിന്റെ പരിണിതഫലം. എല്ലാവർക്കും അറിയേണ്ടത്, എങ്ങോട്ടേക്കാ യാത്ര? എന്താ പരിപാടി? എന്നൊക്കെയാണ്. അങ്ങനെ കുറേസമയം പോയതറിഞ്ഞില്ല. അതുകൊണ്ടുതന്നെ ഒറ്റയ്ക്കാണെന്നുള്ള കാര്യവും ഞാൻ മറന്നു. അടുത്തുള്ള ബർത്തുകളിലെ സ്ത്രീകളെല്ലാം പാലക്കാട് ഇറങ്ങാനുള്ളവരാണെന്നും, അവർ പരസ്പരം അറിയുന്നവരാണെന്നും, അവരുടെ സംസാരത്തിൽ നിന്നും മനസിലായി. പത്തു മണിയോ

ടെ എന്റെ ബർത്തിൽ കിടന്നെങ്കിലും എന്തുകൊണ്ടോ ആ രാത്രി ഉറക്കം വന്നതേയില്ല. പാലക്കാടെത്താറായപ്പോൾതന്നെ അടുത്തിരുന്നവരൊക്കെ ഇറങ്ങാൻ തയ്യാറായി. കൂടെ ഞാനും. കുറച്ചു കഴിഞ്ഞപ്പോൾ ദുർഗചേച്ചി വന്നു വിളിച്ചു. അങ്ങനെ എല്ലാവരും വീണ്ടും ഒന്നിച്ചായി. താമസിയാതെ പാലക്കാട്ടിറങ്ങി. ഇവിടുന്നങ്ങോട്ട് എനിക്ക് പുതിയ കുറേ അനുഭവങ്ങളായിരുന്നു. ഈ യാത്രയിൽ ഏറ്റവും കൂടുതൽ അനുഭവങ്ങൾ എനിക്കാണെന്ന്, ഞാൻ പറയും. ഒരു പക്ഷേ അത് എന്റെ മാത്രം തോന്നലായിരിക്കാം. സ്നേഹത്തിന്റെ, കരുതലിന്റെ, സഹാനുഭൂതിയുടെ, അംഗീകാരത്തിന്റെ രണ്ടു ദിനങ്ങൾ. അതിനെല്ലാമുപരി ഒരു വല്ലാത്ത ആവേശത്തോടെ, ഉന്മാദത്തോടെ കാടും മലനിരകളും പുഴയും പ്രകൃതിയും എല്ലാം കണ്ടതിന്റെ മനോഹരമായ അനുഭവങ്ങൾ.

സീൻ 3

ഇതിനെ സ്നേഹമെന്നു വിളിക്കട്ടേ?

പാലക്കാട് ട്രെയിൻ ഇറങ്ങി സ്ത്രീകളുടെ വെയിറ്റിംഗ്റൂമിലേക്ക് ലഗേജുകളും തൂക്കി പ്ലാറ്റ്ഫോമിലൂടെ ഒരുമിച്ചുള്ള നടത്തത്തിനിടെയാണ്, ഞങ്ങൾ പതിയെപ്പതിയെ പരസ്പരം സംസാരിക്കാനും, അറിയാനും, പരിചയപ്പെടാനും ഒക്കെത്തുടങ്ങിയത്. മണി 3.45 ആകുന്നേയുള്ളൂ. റെസ്റ്റ്റൂമിലെത്തി, അടുത്തത് ശരീരശുദ്ധിവരുത്തി നമസ്ക്കരിക്കണം. എന്തായാലും താമസസ്ഥലമെത്തുമ്പോൾ നേരം വെളുക്കും. അതിനുമുമ്പ് നിസ്കരിക്കാൻ പറ്റുമോ എന്നു ഞാൻ ചോദിച്ചപ്പോൾ ദുർഗചേച്ചി പറഞ്ഞു, അതിനെന്താ ഇവിടെ നിസ്കരിച്ചോളൂ. വണ്ടിവരാൻ ഇനിയും സമയമുണ്ട്. നിസ്കാരത്തിന്റെ കാര്യം പറഞ്ഞാൽ, ഈ രണ്ടു ദിവസത്തെ യാത്രയിൽ ഒരുനേരം പോലും എനിക്കതു മുടക്കേണ്ടി വന്നിട്ടില്ല. വീട്ടിലാണെങ്കിൽ പോലും എനിക്ക് ഇത്ര കൃത്യമായി നിസ്കരിക്കാൻ ചിലപ്പോഴൊക്കെ കഴിയാറില്ല. 'നിസ്കരിച്ചിട്ടുവരാം' എന്ന് എപ്പോപ്പറഞ്ഞാലും ദുർഗചേച്ചി പറയും ചെയ്തോ റെഫീ എന്നിട്ടു വന്നാൽ മതി ധൃതിയില്ല എന്ന്. നിസ്കരിക്കാൻ പടിഞ്ഞാറെവിടെ എന്ന് തിരക്കി നടന്നപ്പോൾ പാവം മുംതാസിത്ത, വെയ്റ്റിംഗ് റൂമിലും താമസസ്ഥലത്തെത്തിയിട്ടും പുറത്തുപോയി ദിശ നോക്കി എനിക്കു പറഞ്ഞുതന്നു.

വെയിറ്റിംഗ് റൂമിൽത്തന്നെ പല്ലുതേപ്പും നിസ്കാരവും കഴിഞ്ഞ് പ്ലാറ്റ്ഫോമിലുള്ള ഷോപ്പിൽ നിന്നും ഒരു ചായയും കുടിച്ചു. അവി

ടെയിരുന്നാണ്, മീനാക്ഷിക്കുട്ടിയെ കാര്യമായി പരിചയപ്പെട്ടത്. വിമൻസ്കോളജിലെ, പ്രൊഫസറുടെ മോളാണല്ലോ, അതിന്റെ ജാഡയൊക്കെക്കാണും എന്ന മുൻവിധിയോടെയാണ് അവളോടു സംസാരിച്ചു തുടങ്ങിയതെങ്കിലും, എന്നെ അതിശയിപ്പിച്ചുകൊണ്ട്, അവൾ അവളുടെ പഠിത്തത്തെക്കുറിച്ചും, അവൾ ഇപ്പോൾ ചെയ്യുന്ന ടീച്ചർ ജോലിയിലുള്ള സന്തോഷങ്ങളെക്കുറിച്ചും, അവളുടെ സ്കൂൾ കാലത്തെ രസകരമായ അനുഭവങ്ങളെക്കുറിച്ചുമൊക്കെ വാതോരാതെ സംസാരിച്ചു തുടങ്ങി. അങ്ങനെ അവളും ഞാനും കൂട്ടായി. അവളിൽ തുടങ്ങി, ആ യാത്രയിൽ ഞാൻ പരിചയപ്പെട്ട എല്ലാരും. അവളെപ്പോലെ തന്നെയായിരുന്നു ഞാൻ ഭാവം ഒട്ടുംതന്നെയില്ലാത്തവർ. ഈ യാത്രയിൽ 12 വയസായ അമ്മുക്കുട്ടി മുതൽ 71 വയസായ ജമീലാമ്മ വരെ ഒപ്പമുണ്ടായിരുന്നു. എഴുത്തുകാർ, സെക്രട്ടേറിയേറ്റ് ജീവനക്കാർ, പത്രപ്രവർത്തകർ, റിട്ടയേർഡ് അധ്യാപകർ, കോളേജ് പ്രൊഫസർ, പഠിക്കുന്ന കുട്ടികൾ, കുടുംബിനികൾ, തുടങ്ങി വിവിധതുറകളിൽ പ്രവർത്തിക്കുന്ന സ്ത്രീകളുടെ ഒരു കൂട്ടമായിരുന്നു ഞങ്ങളുടേത്. ഏറ്റവും കൗതുകമുള്ള കാര്യം ഇവർക്കെല്ലാവർക്കും യാത്ര ചെയ്യാനും ആസ്വദിക്കാനും ഒരേ മനസായിരുന്നു എന്നതായിരുന്നു.

സീൻ 4

മുക്കാലിയിലെ അത്ഭുതക്കാഴ്ച

കോടമഞ്ഞ് പുതച്ചുകിടക്കുന്ന മുക്കാലി കാണാൻ എന്തു ഭംഗിയായിരുന്നു! എട്ടു മണിയായിട്ടും നേരം വെളുക്കാത്തതുപോലങ്ങനെ. എല്ലാവരും യാത്രാക്ഷീണമൊക്കെ മാറ്റിവച്ച് പെട്ടെന്നു തന്നെ ഫ്രഷായി, ഭക്ഷണവും കഴിച്ച് കോൺഫറൻസ് ഹാളിലേക്ക് ചെന്നു. അവിടെ വനംവകുപ്പ് ഉദ്യോഗസ്ഥരുടെ നിർദ്ദേശപ്രകാരം എല്ലാവരും സ്വയം പരിചയപ്പെടുത്തിയപ്പോൾ ഞാൻ അവരെയെല്ലാം കൗതുകത്തോടെ കേട്ടിരുന്നു. അപ്പോഴാണ് ഓരോരുത്തരെക്കുറിച്ചും പരസ്പരം മനസിലായത്. നമ്മുടെ വരവിന്റെ ഉദ്ദേശവും കാടുകാണാനും, യാത്ര ചെയ്യാനുമുള്ള, ഞങ്ങളുടെ ആഗ്രഹവും, ആവേശവുമൊക്കെ മനസിലാക്കി, അതിനുവേണ്ടി അവിടെ വരെ എത്തിച്ചേർന്ന ഞങ്ങളെ വൈൽഡ്ലൈഫ് വാർഡൻ വിനോദ് (ഐഎഫ്എസ്) സർ പ്രോത്സാഹിപ്പിച്ചു. ഇത്രയും ആഗ്രഹത്തിലും ആവേശത്തിലും, കാടുകാണാനും, മഴനടത്തത്തിനും വേണ്ടി ഒരു പെൺകൂട്ടായ്മയായി വന്നിട്ട് സൈരന്ധ്രി കാണാതെ

പോകാൻ പാടില്ല, ഉരുൾപൊട്ടലിൽ റോഡ് ഒലിച്ചുപോയതു പുനർനിർമ്മിച്ചു കഴിഞ്ഞെങ്കിലും പാത അന്നേ ദിവസം വരെ പുറത്തുള്ളവർക്കു തുറന്നു കൊടുത്തിരുന്നില്ല. ഞങ്ങളുടെ ഗ്രൂപ്പിന് അതിനുള്ള സൗകര്യമൊരുക്കിത്തരാം എന്നു സാർ ഞങ്ങളോടു പറഞ്ഞു. പുതിയപാതയിലൂടെയുള്ള ഉദ്ഘാടന യാത്രയായിരുന്നു സർ ഞങ്ങൾക്കു നൽകിയ സമ്മാനം. സാറിന്റെ ആ വാക്കുകൾ കേട്ട് ഞങ്ങളെല്ലാവരും ഒന്നുപോലെ ആവേശത്തിലായി. അവിചാരിതമായി കിട്ടിയ സൗഭാഗ്യം! അങ്ങനെ ഞങ്ങളുടെ വരവിന്റെ പ്രധാന ഉദ്ദേശ്യമായ 25 പെൺമനസുകളുടെ മഴയനുഭവം നിറഞ്ഞ 'മഴയുടെ സങ്കീർത്തനങ്ങൾ' എന്ന പുസ്തകത്തിന്റെ പ്രകാശനവും കഴിഞ്ഞ് ഉച്ചയൂണിനുശേഷം സൈരന്ധ്രി കാണുന്നതിനുള്ള യാത്രയാകാമെന്നു തീരുമാനമായി.

സീൻ 5

ഭവാനിയും, പുസ്തകപ്രകാശനവും

രൗദ്രഭാവത്തിലൊഴുകി സസ്യലതാദികളെയൊക്കെ മെതിച്ച് കേരളത്തിൽ നിന്നും ഒറ്റയടിക്ക് തിരിഞ്ഞുമറിഞ്ഞു തമിഴ്നാട്ടിലേക്ക് കുതിച്ചൊഴുകിപ്പോകുന്ന ഭവാനിപ്പുഴ! അത് ഒരിക്കലും മറക്കാനാകാത്ത മനോഹരമായ, കാഴ്ചാനുഭവമായി. രണ്ടു ദിവസത്തെ യാത്രയിൽ 'ഭവാനി'യുടെ വിവിധഭാവങ്ങൾ കാണാൻ സാധിച്ചു. 'കൃഷ്ണവനം' കണ്ട് തിരികെ വരുമ്പോൾ കുഞ്ഞുകുഞ്ഞു പാറകളിൽ തട്ടിപ്പതഞ്ഞ് തുള്ളിച്ചാടി ഒരു കൊച്ചു സുന്ദരിയെപ്പോലെയൊഴുകുന്ന ഭവാനിപ്പുഴ, കോടമഞ്ഞിൽ പൊതിഞ്ഞ് ആകാശത്തേക്കു തല ഉയർത്തി നിൽക്കുന്ന മല്ലീശ്വരമുടിയുടെ താഴെ, ശാന്തമായൊഴുകുന്ന ഭവാനിപ്പുഴ, അങ്ങനെ എത്രയെത്ര ഭാവങ്ങളിൽ ഭവാനിയെ കാണാനുള്ള ഭാഗ്യമുണ്ടായി! ഇൻസ്പെക്ഷൻ ബംഗ്ലാവിനു സമീപത്തുകൂടി അതിവേഗം ഒഴുകുന്ന ഭവാനിയുടെ രൗദ്രഭാവം കണ്ട് ഞാൻ ഉന്മാദത്തിലായി. എത്ര നോക്കിനിന്നിട്ടും മതിയാകുന്നില്ല. പുഴയോരത്തേക്ക് പോകരുത്, വഴുക്കലുണ്ട് എന്നൊക്കെയുള്ള മുന്നറിയിപ്പുകൾ തന്നുകൊണ്ട് വനിതാഗാർഡ് ഉൾപ്പെടെയുള്ള വനംവകുപ്പ് ഉദ്യോഗസ്ഥർ കൂടെത്തന്നെയുണ്ടായിരുന്നു. എന്നാലും ആർക്കും കുതിച്ചൊഴുകുന്ന ഭവാനിയുടെ തീരത്തു നിന്ന് സെൽഫിയെടുത്തും വീഡിയോപകർത്തിയും മതിയാകുന്നുണ്ടായിരുന്നില്ല. മതിവരുവോളം ഭവാനിപ്പുഴയോടൊപ്പമുള്ള ചിത്രങ്ങൾ പകർത്തി അവസാനത്തെ ആളും തിരിച്ചു കയറുന്നതുവരെ

വനംവകുപ്പുദ്യോഗസ്ഥർ കൂടെത്തന്നെ നിന്നു. വൈകാതെ ഭവാനിപ്പുഴയുടെ തീരത്തുവെച്ച് എല്ലാവരേയും സാക്ഷിയാക്കി മഴയുടെ സങ്കീർത്തനങ്ങൾ പ്രകാശിപ്പിക്കപ്പെട്ടു.

സീൻ 6

കുന്തിപ്പുഴയൊരു കാന്താരിപ്പെണ്ണ്

ഉച്ചയൂണും കഴിഞ്ഞ് വേഗം തന്നെ മഴക്കുപ്പായമൊക്കെയിട്ട് എല്ലാരും സൈരന്ധ്രിയിലേക്കുള്ള യാത്രയ്ക്ക് തയ്യാറായി. മഴക്കാടല്ലേ? ഇലപൊഴിയാവനപ്രദേശം. നമുക്ക് യാത്ര ചെയ്യാനായി നാലു ജീപ്പുകളും മുന്നിലായി വനംവകുപ്പിന്റെ ഒരു ജീപ്പും ഒപ്പമുണ്ട്. നിരനിരയായി കാട്ടിനുള്ളിലൂടെയുള്ള യാത്ര, അതു കാണാൻ നല്ല രസമായിരുന്നു. വനത്തിനുള്ളിലെ ദുർഘടമായവഴിയിലൂടെ കാട്ടാറും വൻമരങ്ങളും കണ്ട് ഏകദേശം രണ്ട് മണിക്കൂറോളമുള്ള സാഹസികയാത്ര. ഇരുവശങ്ങളിലും വശ്യവും, നിഗൂഢവുമായ കാട്. ജീപ്പിന്റെ ഡ്രൈവർ അവിടെ സാധാരണ കാണാറുള്ള ഓരോ വന്യജീവികളെക്കുറിച്ചും വിശദീകരിച്ചു തന്നുകൊണ്ടിരുന്നു. നൂറ്റാണ്ടുകൾ പഴക്കമുള്ള പ്ലാവ്, പുലികൾ സ്ഥിരമായി വന്നു മാന്താറുള്ള പുലിമാന്തിമരം, ആനയിറങ്ങുന്നിടം, പുലിയിറങ്ങുന്നിടം അങ്ങനെയങ്ങനെ. എല്ലാം അത്ഭുതത്തോടെ കേട്ടും കണ്ടുമുള്ള യാത്ര. ഉച്ചകഴിഞ്ഞ സമയമാണെങ്കിലും മഴയും കൊടുംകാടും എല്ലാംകൂടി നേരം ഇരുട്ടിയപ്പോലെ. ജീവിതത്തിലൊരിക്കലും മറക്കാനാകാത്ത വനയാത്ര. മണിക്കൂർനീണ്ട യാത്രക്കൊടുവിൽ നമ്മൾ സൈരന്ധ്രിയുടെ മടിത്തട്ടിലെത്തി മഴയിൽ കുളിച്ച് കോടമഞ്ഞിൽ പുതപ്പണിഞ്ഞ് സുന്ദരിയായി നിൽക്കുന്ന 'സൈരന്ധ്രി'.

മഴ നനഞ്ഞ് വാച്ച്ടവറിന്റെ ഏറ്റവും മുകളിലെത്തി അവിടെ നിന്നുള്ള മനോഹരമായ ആ കാഴ്ച! മലനിരകൾക്കിടയിലൂടെ ഒഴുകുന്ന കുന്തിപ്പുഴ. മഴയിലും മഞ്ഞിലും കുളിച്ചു നിൽക്കുന്ന സൈരന്ധ്രി മലനിരകൾ. എന്തുമനോഹരം. വർണിക്കാൻ വാക്കുകളില്ല. അത് അനുഭവിച്ചു തന്നെയറിയണം. ഞാൻ ആ കാഴ്ചകൾ കൂടുതലും കണ്ടത് എന്റെ ഫോണിലെ ക്യാമറക്കണ്ണിലൂടെയാണ്. എന്തെന്നാൽ, എനിക്ക് ഈ മനോഹരയാത്രയിൽ പങ്കെടുക്കാൻ അവസരമൊരുക്കിത്തന്ന ഒരാളുണ്ടല്ലോ, എന്നെപ്പോലെതന്നെ, അല്ലെങ്കിൽ എന്നെക്കാൾ ഭ്രാന്തമായി ഇതുപോലെയുള്ള യാത്രകളേയും കാടും, മലകളും, പുഴകളുമെല്ലാം ഇഷ്ടപ്പെടുന്ന എന്റെ അനിയത്തി, അവളെക്കൂടി ഞാൻ കണ്ട കാഴ്ചകളൊക്കെയും കാണിക്കണമെ

ന്നെനിക്ക് തോന്നി. അപ്പഴപ്പോഴുള്ളതെല്ലാം പകർത്തി അയയ്ക്കുമ്പോൾ അവളും ഇതെല്ലാം കാണുന്നുണ്ടല്ലോ എന്ന സന്തോഷവും. ഭാഗ്യം, എന്റെ ഫോണിൽ മാത്രം സൈലന്റ്‌വാലിയിലും റെയ്ഞ്ചുണ്ടായിരുന്നു. 'ജിയോ' സിമ്മിന്റെ മെച്ചം.

സൈരന്ധ്രിയിലേക്ക് ജീപ്പിൽ ചെന്നിറങ്ങിയ സമയം മുതൽ വനവംകുപ്പ് ഉദ്യോഗസ്ഥർ എല്ലാവർക്കുമായി മുന്നറിയിപ്പ് തന്നുകൊണ്ടേയിരുന്നു. 'നല്ല വഴുക്കലുണ്ട് സൂക്ഷിക്കണം. എന്നിട്ടും ടവറിനു മുകളിൽ നിന്നുള്ള സൈരന്ധ്രിയുടെ ചുറ്റോടുചുറ്റുമുള്ള കാഴ്ചകളൊക്കെക്കണ്ട് മതിമറന്നങ്ങനെ തിരികെ വരുമ്പോൾ ഒരു നിമിഷം കാലൊന്നു തെന്നി എടുത്തടിച്ചതുപോലെ മുട്ടിടിച്ചൊരു വീഴ്ച! എല്ലാവരുടെയും നടുവിൽ. വീണ ചമ്മലിൽ ഞാൻ വേഗം ചാടി എഴുന്നേറ്റു. ആ നിമിഷം എനിക്ക് വേദനയൊന്നും തോന്നിയില്ല. അനുരാധചേച്ചി, ഓടിവന്ന്, എന്തെങ്കിലും പറ്റിയോ, അങ്ങോട്ട് മാറിനിന്ന് നന്നായി ഒന്നു ചാടിനോക്കൂ എന്നൊക്കെ പറഞ്ഞു. പിന്നെയും കുറേനേരം കഴിഞ്ഞ് അനുരാധചേച്ചി ആരോടോ പറയുകയാണ്. പാവം ആ കൊച്ച് നല്ല വീഴ്ചയാണ് വീണത്. റൂമിൽ പോയാലും അതിനെ ഒന്നു ശ്രദ്ധിച്ചോണം എന്ന്. ഒരു മുൻപരിചയവുമില്ലാത്ത എന്നോടുള്ള ചേച്ചിയുടെ ശ്രദ്ധയും എന്റെ വീഴ്ചയെപ്പറ്റിയുള്ള ആശങ്കയും കണ്ടപ്പോൾ എനിക്ക് അതിശയം തോന്നി. അത്രയും അടുപ്പമുള്ള ഒരാളെപോലെ ആയിരുന്നു അത്.

സീൻ 7

സ്നേഹമുള്ള അട്ടകൾ

എനിക്ക് വീഴ്ചയാണു കിട്ടിയതെങ്കിൽ ശാന്തടീച്ചർക്കും ജമീലാമ്മക്കും അട്ടകടിയാണ് കിട്ടിയത്. സൈരന്ധ്രിയിൽ നിന്നുള്ള മടക്കയാത്രയിൽ പൊന്നമ്മ എന്നു ഞങ്ങൾ വിളിച്ചുതുടങ്ങിയ ജമീലാമ്മയും കൊച്ചുമകളുമായിരുന്നു ജീപ്പിൽ എനിക്കു കൂട്ട്. യാത്ര തുടങ്ങിയശേഷം പൊന്നമ്മയുടെ ദേഹത്ത് മൂന്നോളം അട്ടകളെ കണ്ടു. ഓരോന്നിനെ കാണുമ്പോഴും കൊച്ചുമോളുടെ പേടിയും കരച്ചിലും കണ്ട് എനിക്കു ചിരി വന്നു. ഏകദേശം എന്റെ മോളുടെ പ്രായമാണവൾക്ക്. ഞാൻ അപ്പോഴേ പറഞ്ഞതാ പുല്ലിന്റെ ഇടയിലേക്കൊന്നും പോകരുതെന്നു പറഞ്ഞവൾ അമ്മൂമ്മയെ വഴക്കു പറഞ്ഞു. സാനിറ്റൈസർ കരുതിയിരുന്നതുകൊണ്ട് ഓരോന്നിനെയായി പൊന്നമ്മയുടെ ദേഹത്തു നിന്നും എടുത്തു കളഞ്ഞു. എന്നിട്ടും അമ്മൂമ്മ ഒന്നനങ്ങിയാൽ, എന്താ, പിന്നേം അട്ടയുണ്ടോ

എന്നവൾ പേടിച്ച് ചോദിച്ചുകൊണ്ടേയിരുന്നു. യാത്രയിലുടനീളം അവൾ സ്നേഹവും, ശാസനയും, പേടിയും കലർന്നൊരു മുഖ ത്തോടെ അമ്മൂമ്മയെത്തന്നെ നോക്കുന്നതു കണ്ട് അമ്മൂമ്മ പറ ഞ്ഞു. നീ ഇനി എന്നെ നോക്കണ്ട. നാളെ കാട്ടിലോട്ടുള്ള മഴ നട ത്തത്തിനു ഞാൻ വരുന്നില്ല എന്ന്. ഇതിനിടയിൽ എന്റെ ക്യാൻവാ സ് ഷൂവിനുള്ളിൽ എന്തോ ഒരു തണുപ്പ്. വിരൽ തൊട്ടപ്പോൾ എ നിക്കു മനസിലായി, അട്ട ഷൂസിനുള്ളിൽ കയറി ചോര കുടിച്ചു വീർത്തിരിക്കുന്നു. കൂടുതൽ വീർക്കാൻ അതിനുള്ളിൽ സ്ഥലമില്ലാ തെ അതുപിടിവിട്ടതാണ്. അട്ടയാണെന്നു പറഞ്ഞാൽ അവൾ പിന്നെയും പേടിക്കും, അതുകൊണ്ട് ഞാൻ ഒന്നും അറിയാത്ത പോലെ പതുക്കെ ഷൂസ് ഊരി പുറത്തേക്ക് തട്ടിക്കളഞ്ഞു. ചെറി യൊരു ഉണ്ടപോലെ അതു പുറത്തേക്ക് തെറിച്ചുപോയി. അവൾ പേടിച്ചു. അവളുടെ ആ പേടിയും ഭാവവുമൊക്കെകണ്ടപ്പോൾ ഒരു കുഞ്ഞു പാറ്റയെ മുറിയിലെങ്ങാനും കണ്ടാൽ പേടിച്ചു നിലവിളി ച്ചോടുള്ള എന്റെ ഡിഗ്രിക്കാരി മോളെയാണെനിക്കോർമ വന്നത്. നമ്മൾ അട്ടയെ എത്ര ലഘൂകരിക്കാൻ നോക്കിയിട്ടും അവളുടെ പേടിയും വെപ്രാളവും മാറിയതേയില്ല. എന്റെ എതിരെയിരുന്ന അവളുടെ അട്ടയെ പേടിച്ചിരിക്കുന്ന മുഖം കണ്ട് എനിക്ക് ചിരിയാ ണു വന്നത്. എന്റെ വീഴ്ചയും വേദനയുമൊക്കെ ഞാൻ മറന്നു. തിരികെ അത്രയും ദൂരം യാത്ര ചെയ്തതും അറിഞ്ഞതേയില്ല.

സീൻ 8

മഴ നടത്തം

വെളുപ്പിന് ആറുമണിയാകുമ്പോഴേക്കും എല്ലാവരുമെണീറ്റു. ഇനി വനംവകുപ്പുദ്യോഗസ്ഥരുടെ അകമ്പടിയോടെയുള്ള വനയാ ത്രയാണ്. കൊടുംവനത്തിലേക്ക് തുറക്കുന്ന വലിയ ഗേയ്റ്റിലൂടെ കാടിന്റെ ഉള്ളിലേക്ക്. അട്ടയെ പ്രതിരോധിക്കാൻ ഷൂസൊക്കെയി ട്ടാണ് എല്ലാരുടേയും നടത്തം. ഫോട്ടോയെടുത്തും, കാടിന്റെയും വന്യമൃഗങ്ങളുടെയും കഥ പറഞ്ഞും, വന്യമൃഗങ്ങളുടെ മുന്നിൽ അപ്രതീക്ഷിതമായി ചെന്നുപെട്ടതിന്റെയും, അവയിൽ നിന്നും സാഹസികമായി രക്ഷപ്പെട്ടതിന്റെയുമൊക്കെ അനുഭവങ്ങൾ വനി താഗാർഡുമാർ ഉൾപ്പെടെയുള്ളവർ പറഞ്ഞുതന്നതൊക്കെ കേട്ട് അത്ഭുതത്തോടെയുള്ള ആ നടത്തം ഒരിക്കലും മറക്കാത്ത ഒരു നവ്യാനുഭവമായി. ശുദ്ധവായുശ്വസിച്ചും, രാവിലെയുള്ള കിളികളു ടെ കളകളാരവവും, കാട്ടാറിന്റെ ഇരമ്പവും എല്ലാം കേട്ടും കണ്ടുമ

ങ്ങനെ. രാവിലെയുള്ള വനയാത്രയായതിനാൽ ഏതെങ്കിലുമൊക്കെ വന്യമൃഗങ്ങളെ കാണുമായിരിക്കും എന്നുള്ള പ്രതീക്ഷയിലൊക്കെയാണ് പോയതെങ്കിലും ഒന്നിനെയും കാണാൻ കഴിഞ്ഞില്ല. നമ്മളിങ്ങനെ സംസാരിച്ചും, ചിരിച്ചും, കവിതചൊല്ലിയുമൊക്കെയുള്ള നടത്തമായതുകൊണ്ടാണ് അവയെയൊന്നും കാണാൻ പറ്റാത്തതെന്ന് വനംവകുപ്പുദ്യോഗസ്ഥർ പറഞ്ഞു. മനുഷ്യരുടെ സാമീപ്യമറിഞ്ഞാൽപ്പിന്നെ വന്യമൃഗങ്ങളൊന്നും പുറത്തുവരില്ലത്രേ. പിന്നെയുള്ളൊരു കൗതുകം നമ്മോടൊപ്പം യാത്രയിലുണ്ടായിരുന്ന വനംവകുപ്പിലെ തന്നെ ഉദ്യോഗസ്ഥനായ പക്ഷിനിരീക്ഷകനായിരുന്നു. ഓരോ പക്ഷികളുടെയും ഒച്ച കേൾക്കുമ്പോൾ അതിന്റെയൊക്കെ പേരും വിവരങ്ങളും കൃത്യമായി അദ്ദേഹം നമുക്ക് വിശദീകരിച്ചു തന്നു. കാട്ടിലെ ഓരോ പക്ഷികളേയും കുറിച്ചുള്ള അദ്ദേഹത്തിന്റെ അറിവിന്റെ വ്യാപ്തിയും അതു നമുക്ക് പറഞ്ഞു മനസിലാക്കിത്തരാനുമൊക്കെയുള്ള അദ്ദേഹത്തിന്റെ ആവേശവുമൊക്കെ എന്നെ അതിശയിപ്പിച്ചു. സ്ഥിരമായി രാജവെമ്പാലയെ കാണുന്ന സ്ഥലവും, ആനകൾ കൂട്ടമായി വന്ന് ഇടിച്ചുനിരത്തിയ മൺകൂനകളും കുത്തിമറിച്ചിട്ട് ശിഖരങ്ങളെല്ലാം ഒടിച്ച് ആഹാരമാക്കിയശേഷം ആനകൾ ഉപേക്ഷിച്ചുപോയ വൻമരങ്ങളുടെ വലിയ വേരുകളുമൊക്കെ കാട്ടിത്തന്ന് ഉദ്യോഗസ്ഥർ ഓരോന്നായി വിവരിക്കുമ്പോൾ, കാടിന്റെ വന്യത എത്രത്തോളമുണ്ടെന്ന് നമുക്ക് മനസിലായി. അട്ടപ്പേടി യാത്രയുടെ രസംകെടുത്തിത്തുടങ്ങിയപ്പോൾ പിന്നെ ഞങ്ങൾ തിരിച്ചു നടക്കാമെന്നു തീരുമാനിച്ചു. എന്റെ ഷൂസിലൊക്കെ അട്ട കയറിയെങ്കിലും കണ്ടപ്പോൾതന്നെ തട്ടിക്കളഞ്ഞതിനാൽ എന്നെ ഒന്നും കടിച്ചില്ല. എന്തായാലും ആ യാത്രയോടെ എന്റെ അട്ടപ്പേടി ഏകദേശം മാറിക്കിട്ടി.

സീൻ 9

കൃഷ്ണവനവും അട്ടപ്പാടിയും

കൃഷ്ണവനത്തിലേക്കുള്ള യാത്രയിൽ ബയോളജിസ്റ്റ് രാജേഷും മറ്റൊരുദ്യോഗസ്ഥനുമുണ്ടായിരുന്നു. അദ്ദേഹം കുറെയേറെ കാട്ടുസസ്യങ്ങളുടേയും മരങ്ങളുടെയും പേരുകൾ പറഞ്ഞുതന്നു. ഒരുപാടു കാട്ടറിവുകൾ പങ്കുവച്ചു. പണ്ട് വെള്ളമില്ലാതെയും കാലികളെ മേച്ചും മൊട്ടക്കുന്നായ് മാറിപ്പോയ വനത്തിനെ തിരിച്ചു പിടിക്കാൻ കാട്ടുമക്കൾക്കൊപ്പം താമസിച്ച്, സുഗതകുമാരി ടീച്ചർ നടത്തിയ അക്ഷീണപരിശ്രമത്തിന്റെ കഥകൾ. അതിന്റെ

ഫലമായി കരിമ്പുലി ഉൾപ്പെടെയുള്ള വന്യമൃഗങ്ങളുടെ ആവാസ കേന്ദ്രമായി കൃഷ്ണവനം ഇന്നു മാറിയിരിക്കുന്നു. എന്തിന് ഒരു കാലത്ത് ആ പ്രദേശം പച്ചപ്പു നഷ്ടപ്പെട്ട്, നീരുറവകൾ വറ്റിവരണ്ട മൊട്ടക്കുന്നായിരുന്നുവെങ്കിൽ ഇന്നത് വറ്റാത്ത പുത്തൻ നീർച്ചാലുകൾ ഉറവപൊട്ടുന്ന ഇടമാണ്. അത്ഭുതത്തോടെ മാത്രമേ നമുക്ക് സുഗതകുമാരി ടീച്ചറിന്റെ കൃഷ്ണവനത്തെ കാണാൻ കഴിയൂ. പുസ്തകങ്ങളിലും പത്രങ്ങളിലും വായിച്ചു മാത്രമറിഞ്ഞിട്ടുള്ള കൃഷ്ണവനം നേരിട്ടു കാണാനും, അവിടെ കുറച്ചുസമയം ചിലവഴിക്കാനും കഴിഞ്ഞത് പറഞ്ഞറിയിക്കാൻ പറ്റാത്തൊരനുഭൂതിയായിരുന്നു.

ജീവിതത്തിൽ ഒരിക്കലെങ്കിലും കാണാനാവുമെന്ന് വിദൂരചിന്തയിൽപ്പോലും ഇല്ലായിരുന്നൊരിടം. എല്ലാത്തിനും കാരണക്കാരിയായ റെജിയോട് പറഞ്ഞാൽ തീരാത്തത്ര നന്ദി. സുഗതകുമാരി ടീച്ചർ 'രാത്രിമഴ'യെഴുതിയ കൃഷ്ണവനത്തിന്റെ ഓരത്തുള്ള വസതിയിൽ ടീച്ചറിനുള്ള ആദരവർപ്പിക്കാനായി ഞങ്ങൾ ഒത്തുകൂടി. ശാന്തടീച്ചർ, സുഗതകുമാരി ടീച്ചറിനെ നേരിട്ടറിയാവുന്ന അനുഭവങ്ങൾ പങ്കുവയ്ക്കുകയും, ആ വലിയ പ്രതിഭയ്ക്ക് ആദരമർപ്പിച്ചുകൊണ്ട് ടീച്ചറെഴുതിയ കവിത ചൊല്ലുകയും ചെയ്തു. അമ്മുക്കുട്ടിയും, കൃഷ്ണേന്ദുവും സുഗതകുമാരി ടീച്ചർക്ക് ആദരമർപ്പിച്ചുകൊണ്ട് കവിതകൾ ചൊല്ലി. നമ്മൾ നടന്നു വന്ന വഴിയിലൊക്കെ ആനപ്പിണ്ടം കണ്ടിരുന്നു. കൃഷ്ണവനം കണ്ട് കൊതിതീരാതെ മടങ്ങുംവഴി എന്തെല്ലാം കാഴ്ചകൾ! കാറ്റാടിപ്പാടം, സൂര്യകാന്തിപ്പാടം ആദിവാസി ഊരുകൾ, കാട്ടുമൃഗങ്ങളുടെ ശല്യം ഒഴിവാക്കാനായി വൈദ്യുതിവേലി കെട്ടിത്തിരിച്ച വലിയ കൃഷിയിടങ്ങൾ അങ്ങനെ ഒരുപാടു കാഴ്ചകൾ. ഇടയ്ക്ക് ഒരിടത്ത് ഭവാനിപ്പുഴയുടെ മനോഹരമായൊരു തീരത്തിറങ്ങി.

എന്തു സുന്ദരമായ പുഴയോരം!

സീൻ 10

ഇനി മടങ്ങാതെ വയ്യല്ലോ

സൈലന്റ്‌വാലിയോടു വിട പറയുകയാണ്. സമാപനച്ചടങ്ങു കഴിഞ്ഞ് 3.30ഓടെ ഇറങ്ങാനാണ് ഉദ്ദേശിച്ചതെങ്കിലും മീറ്റിംഗിൽ കാടിനേയും ആദിവാസികളേയും കുറിച്ചുള്ള ചർച്ചകൾ പുരോഗമിച്ചപ്പോൾ സമയം പിന്നെയും വൈകി. ചർച്ചയ്ക്കിടയിൽ കേരളത്തിലെ അങ്ങോളമിങ്ങോളമുള്ള ആദിവാസി ഊരുകളെല്ലാം

സന്ദർശിക്കുകയും, അവരുടെ പ്രശ്നങ്ങളെക്കുറിച്ചൊക്കെ വിശദമായി പഠിക്കുകയും, അവർക്കുവേണ്ടി സർക്കാരിനോട് പടവെട്ടുകയുമൊക്കെ ചെയ്തിട്ടുണ്ടെന്ന് ശാന്തടീച്ചർ പറഞ്ഞപ്പോൾ ഞാൻ അത്ഭുതപ്പെട്ടുപോയി. അങ്ങനെ ചർച്ചയൊക്കെ കഴിഞ്ഞ് അഞ്ചുമണിയോടെ സൈലന്റ്‌വാലിയോട് വിടപറഞ്ഞു.

ഇവർ എന്റെ കൂട്ടുകാർ

എല്ലാവരും പല യാത്രകളും ചെയ്തിട്ടുണ്ടെങ്കിലും വനിതകൾ മാത്രമുള്ള ഒരു യാത്ര വേറിട്ടൊരു അനുഭവം തന്നെയായിരുന്നു. എനിക്കീയാത്രയിലൂടെ കുറേ നല്ല സൗഹൃദങ്ങൾ കിട്ടി. ദുർഗചേച്ചി, പ്രീന, മഞ്ചു, രശ്മി, അനുരാധചേച്ചി, ശാന്തടീച്ചർ, മീനാക്ഷിക്കുട്ടി, സേതുക്കുട്ടി, ചിത്ര, മുംതാസിത്ത, കയ്യുമ്മു, മീര, വൃന്ദ, യമുനടീച്ചർ കൃഷ്ണേന്ദു, അമ്മുക്കുട്ടി ജമീലമ്മ, കൊച്ചുമോൾ ലക്ഷ്മി... കേരളത്തിന്റെ വിവിധ പ്രദേശങ്ങളിൽ നിന്നുള്ളവർ.

വാൽക്കഷണം:

യാത്ര ചെയ്ത രണ്ടു ദിവസം വീട്ടിലെ ഉത്തരവാദിത്വങ്ങളെക്കുറിച്ച് അക്ഷരാർത്ഥത്തിൽ ഞാൻ മറന്നു പോയിരുന്നു. സാധാരണ എന്തെങ്കിലും ആവശ്യങ്ങൾക്കായി പുറത്തെവിടെയെങ്കിലും പോയി നേരം വൈകിയാൽ മോളോടും, മോനോടും ഫോൺ വിളിച്ചു ചോദിക്കും, എന്തു ചെയ്യുന്നു, ആഹാരം കഴിച്ചോ, പഠിച്ചോ, പൂച്ചകളെന്തു ചെയ്യുന്നു, അതിനൊക്കെ ഭക്ഷണം കൊടുത്തോ? എന്നൊക്കെ. ഈ രണ്ടു ദിവസവും എന്റെ ഫോണിൽ റേയ്ഞ്ച് ഉണ്ടായിരുന്നിട്ടുപോലും ഞാൻ വീട്ടിലേക്ക് വിളിച്ചതേയില്ല. എന്റെ അരുമപ്പൂച്ചകളുടെ കാര്യം പോലും ഈ ദിവസങ്ങളിൽ ഞാൻ മറന്നിരുന്നു എന്നതാണ് സത്യം. കവടിയാർ ഇറങ്ങി വീട്ടിലേക്ക് നടക്കുന്ന നേരത്താണ് അതിനെപ്പറ്റിയൊക്കെ ഞാൻ ആലോചിച്ചതുതന്നെ. അത്രമേൽ ഈ യാത്രയിലും കൂട്ടായ്മയിലും ഞാൻ ഇഴുകിച്ചേർന്നുപോയിരുന്നു എന്ന് അപ്പോഴാണെനിക്കു മനസിലായത്.

൦൦

"To really feel a forest canopy one must use different senses, and often the most useful one is the sense of imagination."

-Joan Maloof

12

കൂട്ടുകാരിയ്ക്കൊരു കത്ത്

മഞ്ചു എസ്.

വീടും വീട്ടുപണികളും മാത്രമുള്ള ഒരു ലോകമായിരുന്നു ഇത്ര കാലം. അതിനൊരു മാറ്റം ആഗ്രഹിച്ചിരുന്നു എന്നത് വലിയരഹസ്യമായി ഉള്ളിലൊതുക്കിയ നാളുകൾ. എന്ത്, എങ്ങനെ എന്നൊന്നും അറിയില്ല. പക്ഷേ, ഈ വീടിന്റെ നാലു ചുമരുകൾക്കപ്പുറം വിശാലമായ ഒരു ലോകമുണ്ടെന്ന ബോധ്യമുണ്ടായിരുന്നു. എന്നാലോ എല്ലാവരേയും പോലെ ദിവസങ്ങൾ ഒന്നുപോലെ, യാതൊരു മാറ്റവുമില്ലാതെ മുന്നോട്ടു പോയ്ക്കൊണ്ടിരുന്നു. അതേ മട്ടിൽ കുറേനാൾ കഴിഞ്ഞാൽ പിന്നെ മടി പുറത്തേക്കിറങ്ങുന്നതിൽ നിന്നും തടയുകയും ചെയ്യും. ആ സമയത്താണ് ഒരു ഫോൺകാൾ. തീർത്തും അപ്രതീക്ഷിതം. ദുർഗയാണ്. എന്തു പറ്റിയെന്ന ചിന്തയിലാണ് ഫോൺ എടുത്തതു പോലും. പക്ഷേ, അവൾ മാറ്റിയതെന്റെ ജീവിതം തന്നെയാണ്. പഴയ ബ്ലാക്ക് ആൻഡ് വൈറ്റ് സിനിമകൾ പിന്നീടു കളറിലേക്കു മാറിയ പോലൊരു മാറ്റം! സത്യം. ഇപ്പോൾ മൊത്തം പച്ചയാണ്. കാട്ടുപച്ച. എനിക്ക് കുറേയേറെയൊന്നും എഴുതാനില്ല. എന്റെ ആഹ്ലാദം മാത്രമേ പങ്കുവയ്ക്കാനുള്ളൂ. ആ ആഹ്ലാദം മാത്രം ഒന്നു കുറിച്ചിടട്ടെ ഞാൻ.

എന്റെ ബാല്യകാലസഖിക്ക്,

വീടിനുള്ളിൽ മടി പിടിച്ചിരുന്ന എന്നെ മഴയാത്ര എന്ന പേരിൽ വീട്ടിൽ നിന്നും പിടിച്ചിറക്കി കാടിന് നടുവിൽ കൊണ്ടു നിർത്തിയ എന്റെ ബാല്യകാല സുഹൃത്തേ, നീയൊരാൾ കാരണം എന്റെ ചിന്തകൾക്കു ലക്കും ലഗാനുമില്ലാതായിരിക്കുന്നു. സ്വപ്നങ്ങൾക്ക് ചിറകു മുളച്ചിരിക്കുന്നു. ഇനിയുമൊരു മടക്കം ആഗ്രഹിക്കാത്ത വിധം എന്റെ മനസ്സ് ആ കാടിനുള്ളിൽ കുടുങ്ങി കിടക്കുന്നു. പിടിച്ചു കെട്ടലുകളില്ലാതെ, വിലക്കുകളില്ലാതെ, സ്വാതന്ത്ര്യത്തോടെ

ചിരിക്കാൻ, സന്തോഷിക്കാൻ, തുള്ളിച്ചാടാൻ സാധിച്ചതിൽ എനിക്ക് തന്നെ അതിശയമായിരുന്നു. സൈരന്ധ്രിയിലെ വാച്ച്ടവറിനു മുകളിലേക്ക് കയറുമ്പോൾ കാലുകൾ വിറപൂണ്ടെങ്കിലും മനസ്സ് അതിന്റെ ഉയരങ്ങളിലേയ്ക്ക് കുതിച്ചു പായുകയായിരുന്നു. ഒപ്പമുണ്ടായിരുന്നവരുടെ വിലക്കുകളെ അവഗണിച്ച് മുകളിൽ എത്തിയപ്പോൾ ഞാനീ ലോകംതന്നെ കീഴടക്കിയിരുന്നു. അതിനു മുകളിൽ നിന്നും സൈരന്ധ്രിയുടെ മടിത്തട്ടിലേയ്ക്ക് എടുത്തു ചാടുവാൻ കൊതിച്ച ചിന്തകളെ എങ്ങനെയാണ് അടക്കി നിർത്തിയത് എന്ന് എനിക്കു തന്നെയറിയില്ല.

പിന്നീടു കാടിന്റെ കൈപിടിച്ചു നടന്നപ്പോൾ കാലിൽ കടിച്ചു തൂങ്ങിയ അട്ടകളെ ഭയത്തെക്കാളേറെ കൗതുകത്തോടെയാണ് നോക്കിയത്. കൈത്തണ്ടയിലേക്ക് എടുത്തുവച്ച അട്ട ചോര കുടിച്ച് വീർത്ത് വരുന്നത് കണ്ടപ്പോൾ തോന്നിയ അതിശയം. മറ്റുള്ളവരുടെ കളിയാക്കലുകളിൽ നേരിയ ചമ്മലോടെ നിൽക്കുമ്പോഴും ഉള്ളിൽ ഞാൻ എന്ന കുട്ടി തുള്ളിച്ചാടുകയായിരുന്നു. ആത്മാവിലേയ്ക്കിറങ്ങി വരുന്ന ഭവാനിപ്പുഴയുടെ കുളിരിനെ മാറോടടക്കിപ്പിടിച്ച് ജീവിതാവസാനംവരെ നിൽക്കുവാൻ വല്ലാണ്ട് കൊതിച്ചു പോയി. കൃഷ്ണവനത്തിലെ നിഗൂഢതയിൽ അലിഞ്ഞില്ലാതാവാൻ ആരാണ് ആഗ്രഹിക്കാത്തത്.

അപരിചിതരായ ആൾക്കാരുടെ കൂടെയുള്ള യാത്ര ആശങ്ക ഉണ്ടാക്കിയിരുന്നു. പക്ഷേ, എത്ര പെട്ടെന്നാണ് അപരിചിതർ സുഹൃത്തുക്കളായി മാറിയത്. മഴയുടെ സങ്കീർത്തനങ്ങൾക്കും കാടിന്റെ വശ്യതയ്ക്കുമൊപ്പം ഇനിയും സഞ്ചരിക്കണം.

കാടുകൾ പൂക്കട്ടെ ഒപ്പം എന്റെ മനസു പൂക്കുവാനുള്ള യാത്രയുടെ തുടക്കം ഇവിടെ നിന്നുമാവട്ടെ.

ഒരുപാടു സന്തോഷത്തോടെ, അതിനേക്കാൾ അഭിമാനത്തോടെ നിന്റെ കൂട്ടുകാരി മഞ്ചു.

ഠഠ

13

മനസ്സ് പൂക്കും കാലം

ശാന്താതുളസീധരൻ

കാടറിയാകൗമാരത്തിൽ വീട്ടുവളപ്പിലെ മാവും പുളിയും വേലിപ്പരുത്തിയും ഒരുക്കിയ പൂക്കാലം. കൊഴിഞ്ഞുവീണ പൂക്കളോടു സഹതപിക്കുമ്പോഴും തണ്ടിൽതങ്ങുന്ന കായ്കൾ പ്രതീക്ഷ തന്നു. ഏതു പൂവും ഒരുനാൾ വാടിവീഴുമെന്ന പാഠം പ്രകൃതിയാണ് ചൊല്ലിത്തന്നത്. അല്പായുസ്സിലും സൗന്ദര്യം കൊണ്ട് സുഗന്ധം കൊണ്ട്, ജീവജാലങ്ങളെ സന്തോഷിപ്പിക്കാമെന്ന് ക്രമേണ അറിഞ്ഞു.

കാട് കേൾവിപ്പെടുന്നത് അമ്മൂമ്മയിൽ നിന്നാണ്. മഴ വന്നാൽ മുറ്റത്തും പരിസരത്തും നട്ടുനനയ്ക്കാതെ, താനേവളരുന്ന പാഴ്ച്ചെടികളെ നോക്കി അമ്മൂമ്മ പറയും... മുറ്റം കാടുപിടിച്ചു. നമുക്ക് വേണ്ടാത്ത സസ്യലതാദികളെ കാട് എന്ന് അപമാനിച്ചത് ഒരു പക്ഷേ അറിവില്ലായ്മയാവാം. എന്നാൽ വീടിനു ചുറ്റും കാടാണ് എന്ന് ഇലപൊഴിക്കുന്ന മരങ്ങളെ നോക്കി വീട്ടുകാരെ കുറ്റം പറയുന്നതും ശാഖകൾ വഴിയിലേക്കു നീണ്ടാൽ ഒടിച്ചുകളയുന്നതും പരിസ്ഥിതി ബോധമുണ്ടെന്ന് സ്വയം ധരിക്കുന്നവരാകുമ്പോൾ സങ്കടം വരാതെ വയ്യല്ലോ. കാരണം പാരിസ്ഥിതിക ഭീഷണികൾ ഏറെ ചർച്ചചെയ്യപ്പെടുന്ന ഈ വർത്തമാനകാലം അങ്ങനെയാകാമോ?

തോട്ടുവക്കിലെ കൈതയും ആറ്റിറമ്പിലെ കാട്ടുപരുത്തിയും ആറ്റുവഞ്ചിയും നിറവും മണവും കടന്ന് നിന്നത് കാലത്തിനൊപ്പമായിരുന്നു. പാൽച്ചിരിനീട്ടിയ തുമ്പയോടും ചെമ്പകത്തോടും ആണ്ടിലൊരിക്കൽ പൂക്കാലമൊരുക്കുന്ന മുല്ലവള്ളിയോടും ആർദ്രമായൊരു സ്നേഹം കരുതി. എന്തേ ഇത്ര തിടുക്കം? മുറ്റത്ത് പൂമെത്തവിരിക്കുന്ന മുല്ലയെ നെഞ്ചോട്ചേർത്തു ചോദിച്ചിരുന്നു. അടുത്ത പൂക്കാലത്തിനായി കാത്തിരിക്കും. പൂക്കാലം ക്രമേണ

എന്നിലും ചിത്രങ്ങൾ വരച്ചു. ചിത്രങ്ങളിൽ ഇലകളും പൂക്കളും ശലഭങ്ങളും ഉൾച്ചേർന്നത് ഞാൻ പോലും അറിയാതെയും.

യൗവ്വനം പുതിയ പൂമരങ്ങളെ കാട്ടിത്തന്നു. കോളേജ് കാമ്പസ്സുകളിലെ കൊന്നയും ഗുൽമോഹറും പിന്നെ പേരറിയാപൂമരങ്ങളും തന്ന കാഴ്ചകളിൽ കുസൃതിയ്ക്കപ്പുറം കൗതുകം നാമ്പിട്ടു.

തേനെടുക്കുന്ന വണ്ടുകളോട് ഈർഷ്യ തോന്നി....

ശലഭങ്ങളോട് ഇഷ്ടവും.

അതിന്റെ കാരണം വ്യക്തമായിരുന്നില്ലെങ്കിലും കരിവണ്ട് പൂവിനെ വേദനിപ്പിക്കുമോ എന്ന ഭയമാവണം. ധാരാളം മരങ്ങളുള്ള ചുറ്റുപാടുകളോട് അനിർവചനീയമായൊരിഷ്ടം എനിക്കൊപ്പം വളർന്നു. കാഴ്ചയുടെ ലോകം ക്യാൻവാസുകൾക്കപ്പുറത്തേക്ക് കടന്ന് പൂത്തുലഞ്ഞു നില്ക്കുന്ന ആകാശത്തോളമെത്തിയെന്ന് ചില നെടുവീർപ്പുകൾ അടയാളപ്പെട്ടു.

ജീവിതം എന്ന വാക്കിനു വളരെ വലിയ അർത്ഥതലങ്ങളുണ്ടെന്നറിഞ്ഞത് വിവാഹം കഴിഞ്ഞപ്പോഴാണ്. പൂക്കൾക്കൊപ്പം കൂർത്ത മുള്ളുകളും പൂക്കാലത്തിനൊപ്പമുണ്ടെന്ന് അനുഭവങ്ങൾ അടിവരയിട്ടു. പൊരുത്തപ്പെടലുകളുടെ മെതിയടിപ്പുറത്ത് സ്നേഹത്തിനും സഹനത്തിനും മനസ്സു പങ്കിട്ട് പുതിയ പൂക്കാലം കാത്തു. ഋതുക്കൾ അഴിഞ്ഞും ഒഴിഞ്ഞും തുടർന്നു. പൂത്തും പൂക്കാതെയും വസന്തവും ശിശിരവും വന്നുപോയി. പൊരുത്തക്കേടുകളുടെ പൊരുത്തപ്പെടലാണ് ജീവിതമെന്ന് സ്വയം പഠിച്ചു. താനേ കെട്ടിയ വേലിക്കുള്ളിൽ ആവോളം പറന്നു. ഏത് ആകാശത്തിലേക്കു പറന്നാലും താഴേയ്ക്ക് വലിക്കുന്ന ഒരു ചങ്ങല സ്വയം തീർത്തു.

അർത്ഥവിപുലീകരണത്തിൽ രണ്ടു പൂക്കൾ...ദിവസങ്ങൾക്ക് ഭംഗിയും കരുത്തും കൂട്ടിയ പൂക്കാലമായി. വീട്, കുടുംബം, കുട്ടികൾ, ത്രികോണബന്ധിയായി കാലത്തിനൊപ്പം കൂടി. പൂക്കാലം, കാട്, ശലഭങ്ങൾ ഒക്കെയും ഈ മുക്കാലിയിലൊതുങ്ങി. ഇടയിൽ ചില യാത്രകൾ ആകാശവും ഭൂമിയും പരസ്പരാലിംഗനം ചെയ്യുന്ന മലകളോട് ഇഷ്ടം പറഞ്ഞു.

മേഘങ്ങൾ ഒളിച്ചു കളിക്കുന്ന മലമടക്കുകൾ മറനീക്കി മുഖം കാട്ടുന്ന മരച്ചോലകൾക്ക് നാണം ചാലിച്ച ഹരിതാഭയായിരുന്നു. നോക്കി നില്ക്കെ കരവലയത്തിലൊതുക്കുന്ന കോടമഞ്ഞിന് പ്രണയത്തിന്റെ ഗന്ധമായിരുന്നു.

കാലത്തിനൊപ്പം വളരുന്ന കാടുകളെ കാണാതെ വയ്യെന്ന അവസ്ഥയിലേക്ക് ഞാനും വളരുകയായിരുന്നു. കാടിനു വ്യാഖ്യാ

നാതീത ഭംഗിയുണ്ടെന്നും വായിച്ചു തീർക്കാനാവാത്ത പുസ്തക മാണെന്നും അറിയുകയായിരുന്നു. കാടിനെ സ്വയംവരം ചെയ്ത മാധവിയായി ചിലനേര ചിന്തകൾ. കാട്ടിൽ അറിഞ്ഞും അലിഞ്ഞും ചേരാൻ കൊതിക്കുന്ന മനസ്സിന് വേലികൾ വിശ്വാസങ്ങൾ മാത്ര മായി. സ്വയം കാടായി... കാടിന്റെ കാമുകിയായി... കാടിനോട് 'എന്നെ ഞാനാക്കുക' എന്നഭ്യർത്ഥിച്ചു. ചേർത്തുപിടിക്കാൻ, പ്രണയത്തിന്റെ മുദ്രവയ്ക്കാൻ, ഹരിത വർണ്ണങ്ങളാൽ എന്നെ വര ക്കാൻ പറഞ്ഞുകൊണ്ടേയിരുന്നു. കാടിനും കാട്ടുമരങ്ങൾക്കും എന്റെ മനസ്സാണെന്ന് ഉറച്ചു. ഏതു കാടും ഇണങ്ങുമെന്ന് തീർത്തു പറഞ്ഞു.

കാടുപെറ്റ പുഴകളിൽ ഞാൻ എന്നെ കണ്ടു. അവയുടെ പ്രവാ ഹത്തിൽ കാലമറിഞ്ഞു. ജീവിതം തൊട്ടും, നനഞ്ഞും, നനച്ചും, കുളിരുകോരി, കാടിനെ പ്രണയിച്ചും, ഒരിക്കലും പിരിയാത്ത കാമുകിയായി ഞാൻ എന്നെ ഒരുക്കിവെക്കുന്നു. കാട് എന്ന ആവാ സവ്യവസ്ഥയോട്, ആദിപിതാവിനോട്, ജീവന്റെ ആധാരമായ സസ്യജാലങ്ങളോട്, ആദിമദ്ധ്യാന്തമില്ലാത്ത അഭിനിവേശത്തോടെ ആദരവോടെ ആത്മസമർപ്പണം ചെയ്യാൻ അനുവദിക്കണമെന്ന് അപേക്ഷിക്കുമ്പോഴും കാടുകയറുന്ന കാട്ടാളത്തത്തെ ഭയമാണി ന്ന്. കാട്ടുപൂക്കളിറുക്കാനും കാട്ടുതേൻ നുകരാനും ലഹരി പൂക്കു ന്ന കാടൻചിന്തകളെ വെറുപ്പാണ്.

വസന്തം കോരിനിറയ്ക്കുമ്പോഴും ദുരന്തങ്ങൾക്ക് ഇടമാകാൻ വിധിക്കപ്പെട്ട കാടിനോട് സഹതാപമാണ്. ക്ഷീരമുള്ളോരകിടിൻ ചുവട്ടിലും ചോരതേടുന്ന കൊതുകുകളുണ്ട്.

ചന്ദനം മണക്കുന്ന കാട്ടിലെ കഞ്ചാവ്ഗന്ധവും തിരിച്ചറിയുന്നു. മൊട്ടക്കുന്നുകളിൽ നട്ടുനനച്ചു വളർത്തിയ കൃഷ്ണവനത്തിനു മുന്നിൽ മുന്നേ നടന്നവരെ ഓർത്തു നില്ക്കുമ്പോഴും കാട്ടുപൂക്ക ളുടെ സുഗന്ധം എനിക്ക് ഊർജ്ജമാകുന്നു. ഉന്മേഷദായിനിയായി പുഴയെന്നെ മാടി വിളിക്കുന്നു.

വരൂ...നമുക്കൊരു യാത്ര പോകാമെന്ന് കാടുചുറ്റിയ കാറ്റ് വിളി ക്കുന്നു... കാടിനെ സ്നേഹിച്ചവരേ... സ്നേഹിക്കുന്നവരേ... സ്നേ ഹിക്കാൻ നിയോഗപ്പെട്ടവരേ നമുക്ക് ഉറക്കെപ്പറയാം....

കാടേ, കരൾ തൊട്ടറിഞ്ഞ കാരുണ്യമേ
കാമുകിയെന്നെന്നെയേറ്റു വാങ്ങീടുക
പ്രണയം പകുത്ത് പരിപ്രേക്ഷ്യമാക്കുക
പാതിമെയ്യെന്നേ അടക്കിപ്പിടിക്കുക

കാട് പൂക്കും കാലം

വൃക്ഷങ്ങൾ ഉള്ളുരുക്കാക്കി, പിണങ്ങാത്ത
രക്ഷയ്ക്കു സന്നദ്ധരുൽപ്രേക്ഷയാക്കുക.....
ശാഖികളൊന്നിച്ചൊരാൺതുണയാക്കിയെൻ
ചായുന്ന മേനിക്കു താങ്ങായിണങ്ങുക....
നട്ടുച്ചകത്തുന്നൊരുഷ്ണശൈലങ്ങളിൽ
കത്താതെ തങ്ങളിൽ ചേർത്തു നിർത്തീടുക.
പ്രണയത്തളർച്ചകളെയമൃതൂട്ടിയൂട്ടിയെൻ
പ്രാണനിൽ ചേർത്തു വെളിച്ചമായീടുക...

'കാടു പൂക്കുംകാലം' എന്ന് കേട്ടപ്പോൾ മനസ്സിൽ ഓടിക്കയറിയ ചില വേറിട്ട ചിന്തകൾ കൂടി പങ്കുവയ്ക്കാതെ ഈ എഴുത്ത് പൂർണ്ണമാവില്ലെന്ന് ഉള്ളിന്റെയുള്ളിലെവിടെയോ ഒരു തേങ്ങൽ.

ഒരു പക്ഷേ വിയോജിപ്പുകൾ വന്നേക്കാം.

ആരെയും ചെറുതാക്കിക്കാണുന്നതിനല്ല; എന്നാലും ചില മുള്ളുകൾ ഹൃദയം തുളച്ചു കടന്നു പോകുമ്പോൾ, അതിലേറെ പിന്നിലെ നിഗൂഢമായ അജണ്ടയെക്കുറിച്ച് ചിന്തിക്കുമ്പോൾ, അഹിതമാണെങ്കിലും പറയേണ്ടത് നല്ലൊരു വിഭാഗത്തിന്റെ സുരക്ഷയ്ക്കുവേണ്ടികൂടിയാണെന്ന് ബോധ്യമുള്ളതിനാലാണ്.

പ്രകൃത്യാ വ്യത്യസ്തരാണ് ആണും പെണ്ണും. കരുത്തും കരുണയുമാണിവിടെ പ്രതീകങ്ങൾ. അപൂർവ്വമായെങ്കിലും തിരിച്ചും സംഭവിക്കാം. ഭാരതീയ സാമൂഹ്യ-സാംസ്കാരിക-സാമ്പത്തിക-രാഷ്ട്രീയ രംഗങ്ങളിലെല്ലാം സ്ത്രീയെ ഒപ്പം കൂട്ടാനല്ല അല്പം താഴെ നിർത്താനാണ് നമ്മുടെ പുരുഷനിർമ്മിത സാമൂഹ്യബോധം ശ്രമിക്കാറുള്ളത്. സ്ത്രീ ഒതുങ്ങേണ്ടവൾ. പുരുഷൻ വളരേണ്ടവൻ. ഈ കാഴ്ചപ്പാട് ചെറുപ്രായത്തിലേ കുഞ്ഞുമനസ്സുകളിൽ നട്ടുവളർത്തുന്ന രക്ഷിതാക്കൾ അറിയണം.

ഒരു പെണ്ണിനോളം കഴിവും കരുത്തും ദീർഘവീക്ഷണവും സഹനവും ത്യാഗമനോഭാവവും കരുതലും എന്തിന് പ്രണയം പോലും ആണിനില്ല എന്ന യാഥാർത്ഥ്യം. അരുതുകളുടെ വേലിക്കെട്ടിനുള്ളിൽ മുരടിക്കുന്ന ബോൺസായ് ചെടികളാണ് മിക്ക പെണ്ണുങ്ങളും.

ജീവിതം ചിലപ്പോൾ കാടുപോലെയാണ്.

ഇരുണ്ടിടതൂർന്ന വനാന്തർഭാഗത്ത് ദിശയറിയാതെ ദിശാബോധം നഷ്ടപ്പെട്ട നാവികസമാനം അലയും.

ഇരുട്ടിൽ ഇടയ്ക്ക് മിന്നാമിനുങ്ങുകൾ കൂട്ടുവരും. ചീവീടുകളുടെ സിംഫണി സഹനസീമകൾക്കപ്പുറത്തേയ്ക്കു നടത്തും.

ഒരു തരിവെട്ടം കൊതിച്ച് നാലുപാടും മിഴി പായിക്കും. തനിച്ചാണെന്ന് തിരിച്ചറിയുമ്പോൾ അറിയാതെ നിറയുന്ന കണ്ണുകളെ വിരലുകൾ അമർത്തിപ്പിടിക്കും.

അകലെയല്ലാതെ ഒരു പൂമരം സുഗന്ധം പരത്തി സാന്നിദ്ധ്യം അറിയിക്കും. കാടുകയറുന്ന ചിന്തകളെ കടിഞ്ഞാണിട്ട് മടങ്ങുമ്പോഴേയ്ക്കും ഹൃദയത്തിന്റെ കോണിലെങ്ങോ ഒരു പൂവ് കരുതിവയ്ക്കും. മറ്റുള്ളവർക്കായ് പൂക്കാലം ചമക്കാൻ... അക്കൂട്ടത്തിൽ നഷ്ടപ്പെട്ടവരും ഇഷ്ടപ്പെട്ടവരും കൂട്ടുകൂടിയവരും കൂട്ടം പിരിഞ്ഞവരുമുണ്ടാകും. ഒരുവേള വരാനിരിക്കുന്ന തലമുറ പോലും...

പൊരുത്തക്കേടുകളും പൊരുത്തപ്പെടലും ചേർന്ന് വരണ്ടു തുടങ്ങിയ മനസ്സിൽ ഞാനൊരു വിത്തുപാകിയത് എന്നായിരുന്നു?

അറിയില്ല. അല്ല കൃത്യമായി ഓർക്കുന്നില്ല. എന്നിട്ടും ആ വിത്തു മുളച്ചു... ഓരില... ഈരില നീർത്തി വളർന്നു പന്തലിച്ചത് ഞാനറിഞ്ഞു. അതൊരു കാടായി വളരുകയായിരുന്നു. നിറയെ വൃക്ഷങ്ങളും വള്ളിച്ചെടികളും ചേർന്ന കാടിനെ ഞാൻ സ്നേഹിച്ചു. അല്ലല്ല. പ്രണയിച്ചു പൊള്ളുന്ന വേനലിൽ ആ തണലിൽ ആരോരുമറിയാതെ ഞാനെന്നെ ഇരുത്തി. തളർച്ചയിൽ ചാരി നിന്നു. കാടെനിക്ക് നിറയെ സ്വപ്നങ്ങൾ തന്നു. തണുപ്പും തണലും തന്നു. സംഗീതം തന്നു... വാക്കുകൾ തന്നു വരദാനമായി. കാടിന് ഞാൻ എന്റെ പേരിട്ടത് സ്വാർത്ഥത കൊണ്ടാണ്.

ഹൃദയത്തിൽ ഒരു പൂവെങ്കിലും സൂക്ഷിക്കാതെ ഒരു പെൺ ജന്മം പൂർണ്ണമാകുന്നില്ല.

ഏതു ദുരന്തത്തിലും ഏകാന്തതയിലും സ്വയം ഓർമ്മപ്പെടുത്തുന്നത് ആ പൂവ് തന്നെയല്ലേ.

അതുകൊണ്ടുതന്നെയല്ലേ മൂന്നു തലമുറയിൽപ്പെട്ടവരായിട്ടും പത്തൊമ്പത് പെണ്മനസ്സുകൾ ഒരുപോലെ സന്തോഷിച്ചത്, ഹൃദയം തുറന്ന് ചിരിച്ചത്, പരിഭവങ്ങളില്ലാതെ, ആരോപണങ്ങളില്ലാതെ, തോളോടു തോൾ ചേർന്നു നടക്കാനും തളർച്ചയിൽ താങ്ങാനും കഴിഞ്ഞതും 'സ്ത്രീ'യിലടങ്ങിയിരിക്കുന്ന നന്മകൊണ്ടല്ലേ. കൂട്ടത്തിൽ ഒരു കുസൃതി ചോദ്യം...

സുഹൃത്തുക്കളേ, ആണുങ്ങൾക്ക് ഇങ്ങനെ ഒരു യാത്ര പോകാൻ കഴിയുമോ?

ഒരിക്കലും സാദ്ധ്യമല്ല.

കാരണം ക്ഷമയും സഹനവും ചേർത്തു നിർത്തലും പെണ്ണിനു കിട്ടിയ പെണ്ണിന്റേതു മാത്രമായ വരമാണ്.

സമ്പത്താണ്.

ഒറ്റയ്ക്കു സഞ്ചരിക്കുന്ന പുരുഷൻ കാണുന്ന കാഴ്ചകളല്ല ഒറ്റയ്ക്കു സഞ്ചരിക്കുന്ന സ്ത്രീ കാണുന്നത്.

ഒരു ശരാശരി ഇന്ത്യൻ സ്ത്രീക്ക് കുടുംബമാണ് അവളുടെ പ്രപഞ്ചം. അതിപരിചയം, ആവർത്തനവിരസത. തിരസ്കാരം, അർത്ഥരഹിതകീഴ്‌വഴക്കങ്ങൾ ഒക്കെ സമചിത്തതയോടും ക്ഷമയോടും ഏറ്റുവാങ്ങി തഴമ്പിച്ച മനസ്സാണ് അധികം പേർക്കും. ഒരു നല്ല വാക്കിനായ് കൊതിക്കാത്തവരില്ല. അവഗണന, അരികുവൽക്കരണം, അസ്വാതന്ത്ര്യം തുടങ്ങിയ കലാവാസനകൾ അറിഞ്ഞോ അറിയാതെയോ കാലാകാലങ്ങളായി അവളിൽ മുറിവു കൂട്ടുന്നു.

ഒറ്റയ്ക്കു സഞ്ചരിച്ചാൽ. ചിന്തിച്ചാൽ. അഭിപ്രായം പറഞ്ഞാൽ അനഭിമതരാക്കപ്പെടുന്നത് ഇന്നും തുടരുന്നു. എത്ര ഉന്നത വിദ്യാഭ്യാസവും ഉയർന്ന ശമ്പളവും സാമൂഹ്യപദവിയും ഉണ്ടെങ്കിലും ഏതിനും 'അനുവാദം' വേണ്ടത് സ്ത്രീക്കാണ്. പലപ്പോഴും കുടുംബബന്ധങ്ങളുടെ ഭദ്രതയ്ക്കുവേണ്ടി സ്വന്തം ഇഷ്ടങ്ങളെ ബലി കൊടുക്കുന്നവളുടെ ഹൃദയം ആർക്കോ വേണ്ടി മിടിക്കുന്ന ഒരു യന്ത്രമാവുന്നതിന്റെ വിങ്ങൽ ചെറുതല്ല. ഡിപ്രഷൻ പോലുള്ള അവസ്ഥയിലേക്ക് അവളെ നയിക്കുന്നവർ ചോദിക്കാറുണ്ട്.

അവൾക്കെന്തിന്റെ കുറവാണ്? ഭർത്താവില്ലേ, മക്കളില്ലേ, ജീവിക്കാൻ വേണ്ടതൊക്കെയില്ലേ...?

ശരിയാണ് ഇപ്പറഞ്ഞതെല്ലാമുണ്ട്. പക്ഷേ, അവളിലേക്കു നീളുന്ന സ്നേഹസ്പർശം, സാന്ത്വനം, ചേർത്തുപിടിക്കൽ എന്തിന് സാരമില്ലെന്ന ഒരുവാക്ക്, മതി... അതുമതി... എന്നിട്ടും...തന്റേടിയെന്ന് മുദ്ര കുത്തുന്നു. അതെ, തന്റേടിയാണ്. തന്റേതായ ഇടമുള്ളവൾ. ആ ഇടത്തിലേക്ക് ആരെയും കടക്കാൻ അനുവദിക്കാത്തവൾ തന്റേടി തന്നെയാണ്. ആ തന്റേടമാണ് ഒറ്റയ്ക്ക് നടക്കാനവളെ പ്രാപ്തയാക്കുന്നത്.

ഇതിന്റെ മറുപുറമാണ് പരിതാപകരം. അടുത്തകാലത്ത് വിവിധ പ്രായത്തിലുള്ള സ്ത്രീകൾ നടത്തിയ ഒരു യാത്രയെക്കുറിച്ച് സാംസ്കാരികപ്രബുദ്ധനെന്ന് (ചുമ്മാ) പറയപ്പെടുന്ന എഴുപതുകളിലെത്തിയ ഒരു മഹാൻ പറഞ്ഞ വാക്കുകൾ സൃഷ്ടിച്ചത് പുച്ഛമല്ലാതൊന്നുമല്ല. 'നാല്പതുകളിൽ സ്ത്രീകൾക്ക് പൂക്കാലമല്ലേ....' ഇങ്ങനെ പറയുന്ന ഒരാളുടെ ഉള്ളിലിരുപ്പ് എത്ര ലജ്ജാകരവും ഹീനവുമാണെന്ന് മനസ്സിലാകുന്നത് മകളുടെ പ്രായമുള്ള ഒരു സ്ത്രീയോടാവുമ്പോഴാണ്. സ്ത്രീയെക്കുറിച്ച് ഒന്നുമറിയാത്ത പുരുഷനോട്

പ്രതികരിച്ചിട്ടു കാര്യമില്ലല്ലോ.

ഒന്നുമാത്രം പറയാം. 'സ്ത്രീ'തന്നെ പൂക്കാലമാണ്. അവൾക്ക് പ്രായത്തിന്റെ സഹായം വേണ്ട. മകളായും സഹോദരിയായും ഭാര്യയായും അമ്മയായും അമ്മൂമ്മയായും അവളൊരുക്കുന്നത് പൂക്കാലമാണ്. അതു തിരിച്ചറിയാനുള്ള മാനസിക വളർച്ചയില്ലാത്തവരോട് ക്ഷമിക്കാനാവുന്നതും അവളിലെ ശേഷിക്കുന്ന പൂക്കാലസവിശേഷതയാണ്. പ്രാതികൂല്യങ്ങളിലും പൂക്കാലമാകുന്നത് സ്ത്രീയിലെ നന്മയാണ്... കരുതലാണ്.

സ്നേഹമാണ്...

കണ്ണും കാതും മനസ്സും തുറന്നു നോക്കൂ...

നമുക്കു ചുറ്റും കാടു പൂക്കുന്നുണ്ട്.

ഠഠ

*"Forests should not be walked on,
they should be walked under and through."*

- Courtney M. Privett

14

ഒരു സുഖമുള്ള യാത്ര

കയ്യുമ്മു കോട്ടപ്പടി

യാത്ര അത്ഭുതമല്ല.
എന്നാൽ പലതും
അറിയാനുള്ളതിലേക്കുള്ള
ഒരു തുറന്ന വാതിലാണ്...

ഓരോ മനസ്സിലും
ദിവ്യമായ ഇശ്ഖിന്റെ
പ്രപഞ്ചങ്ങളെ
സന്നിവേശിപ്പിച്ചിടാൻ...

എന്നാൽ
കാടറിയാൻ...
ആ പച്ചപ്പിലേയ്ക്കിറങ്ങാൻ
ഒരു സുഖമുള്ള
നോവാണായാത്ര...

ആ പ്രകാശത്തിന്റെ
അനിർവചനീയമായ
നിമിഷങ്ങളിൽ
ഇശ്ഖിനാൽ ഞാൻ
സ്ഫുടം ചെയ്തെടു
ഒരു യാത്ര!

ഒരു ചുറ്റിക്കറങ്ങലിൽ
കൃഷ്ണവനത്തിലെ

കാട് പൂക്കും കാലം

മനോഹരമായ കാഴ്ചയിൽ
ഹൃത്തടത്തിലെ
ചൂടിലും ചൂരിലും നെയ്തു-
നിറച്ച് കവിത കുറിക്കാനാ-
യൊരു യാത്ര...

ഭവാനിപ്പുഴയുടെ തീരത്തിരുന്ന്
സ്മൃതികളുറങ്ങുന്ന കനവിൽ
കാടിന്റെ ഗന്ധം അറിഞ്ഞി-
രിക്കാം
തെളിനീരൊഴുന്ന പുഴയു-
ടെ മാറിൽ,
പച്ചപ്പണി ഞ്ഞൊരു പട്ടിൽ
ഗന്ധം അറിഞ്ഞു പുതച്ചി-
രിക്കാം...
ഈ കാടിന്റെ മക്കളെ
നെഞ്ചേറ്റിടാം...

ദൂരക്കാഴ്ചയിലെ
നൃത്ത ലാവണ്യ ലാസ്യാനു
ഭൂതിയിൽ
എല്ലാം മറന്ന് നോക്കി-
നില്ക്കാം...

ഉയർന്നു നില്ക്കുന്ന
മരങ്ങൾക്കിടയിൽ
കാടറിയാൻ വെമ്പുന്ന
മഞ്ഞിൻ കുളിരണിഞ്ഞ്
പുതച്ചിരിക്കാം
ഈ ഭാവാനിപ്പുഴയുടെ
തീരത്ത്
ഒന്നൂടെ ചുറ്റിക്കറങ്ങാൻ
മോഹിച്ച്...
ഞാനീ പാട്ട് നിർത്താം

15

കാടു പൂക്കും കാലം

ദുർഗ മനോജ്

കിളിവന്നു ചിലച്ചപ്പോൾ ഞാൻ കാടകത്തേക്കുള്ള വഴിത്താരയ്ക്കു മുന്നിലായിരുന്നു. നനുത്തമഴയോ അതോ മഞ്ഞോ? അറിയില്ല, അതെന്നെ ഒരു മൂടുപടംപോലെ വന്നുമൂടി. ഇപ്പോൾ മഞ്ഞുമറയ്ക്കുള്ളിൽ ഒരു മാലാഖയെന്നവണ്ണം എന്നെ എനിക്കു കാണാം. തികച്ചും വിജനമാണവിടം. എന്നിട്ടും എനിക്ക് അപരിചിതത്വം തെല്ലുമില്ല. ചെറുമരങ്ങളിൽ നിന്നും ഇറ്റുവീഴുന്ന മഴത്തുള്ളികൾ കരിയിലമെത്തയിലേക്കു പതിക്കുന്ന മൃദുശബ്ദം, ദൂരെ എവിടെ നിന്നോ ഒരു മലമുഴക്കിയുടെ ഇണയോടുള്ള കൊഞ്ചൽ, അങ്ങകലെ ഒരു പുഴ കുതിച്ചു പാഞ്ഞൊഴുകുന്നു. പാൽനുര പോലെ പതഞ്ഞുതുളുമ്പിയുള്ള ഒഴുക്ക്... ഇതൊരു സ്വപ്നമാണ്. ദീർഘകാലമായി എന്നെ മോഹിപ്പിച്ചു കൊണ്ടിരിക്കുന്ന, ഒരുമായക്കാഴ്ച പോലെന്നെ ഭ്രമിപ്പിച്ചുകൊണ്ടിരിക്കുന്ന സ്വപ്നം. ഒടുവിൽ ആ സ്വപ്നം പൂവണിഞ്ഞു. പല നിദ്രകളിലുമെന്നെ കൊതിപ്പിച്ചതിലും മനോഹരമായ കാഴ്ചകൾ വിരുന്നൊരുക്കിയ ഒരു യാത്ര സംഭവിച്ചു. തികച്ചും യാദൃശ്ചികമായി ഞാനതിലേക്ക് എത്തിപ്പെടുകയായിരുന്നു. ഏതോ ഒരു നിയോഗം പോലെ.

എല്ലാം ആരംഭിക്കുന്നത് വേനൽ ചുട്ടുപഴുത്തൊരു ഏപ്രിൽ മാസരാവിലാണ്. കടുത്ത ഉഷ്ണത്തിൽ മഴയെധ്യാനിച്ച നിമിഷങ്ങളിൽ മനസ്സിൽ ഉരുവംകൊണ്ട ഒരു ചിന്തയായിരുന്നു അത്. ഒരു മഴപ്പുസ്തകം! മഴയുടെ സങ്കീർത്തനങ്ങൾ എന്ന ചിന്ത അങ്ങനെ ആ ഉഷ്ണരാവിൽ, നിറഞ്ഞ നക്ഷത്രങ്ങളെ സാക്ഷിയാക്കി ഉദിച്ചുയർന്നു. എങ്ങനെയാകണം പുസ്തകം എന്ന ചിന്തയിൽ രാവു വെളുത്തു. ഉറങ്ങി ഉണരുമ്പോൾ അതു നിശ്ചയിച്ചുറപ്പിച്ചു. സ്ത്രീകളുടെ മഴക്കാലം, അല്ലെങ്കിൽ പെണ്ണു പറയും മഴക്കഥകൾ ആകണം ആ പുസ്തകം.

കാട് പൂക്കും കാലം

പിന്നീടൊക്കെ വേഗത്തിലായിരുന്നു. രചനകൾ ശേഖരിക്കാനും എഡിറ്റ് ചെയ്യാനും ഷെൽന വിജയ് മുന്നോട്ടുവന്നു. ഒന്ന് ആഞ്ഞു പിടിച്ചപ്പോൾ ജൂൺ ആദ്യആഴ്ച ഇരുപത്തഞ്ചുപേർ എഴുതിയ കുറിപ്പുകൾ തയ്യാർ. തയ്യാറാകുന്നതു മഴയുടെ കഥകളാണ്. അപ്പോൾ അതിന്റെ പ്രകാശനത്തിനൊരു പുതുമ വേണ്ടേ? പുതുമ എന്നതിനേക്കാൾ മഴനനഞ്ഞു വേണ്ടേ ആ പ്രകാശനം? ആ മഴ കടലിലെ മഴയാകണമോ കാട്ടിലെ മഴയാകണമോ? കടലിലെ മഴ യേക്കാൾ കാട്ടിലെ മഴ മനസ്സിൽ മുൻതൂക്കം നേടി. അപ്പോൾ അതെങ്ങനെ? ഒറ്റക്ക് ഒരു കാടരികിൽ... ഹേയ്, അങ്ങനല്ല, പിന്നെ? ചിന്തകൾ വീണ്ടും വരിഞ്ഞുമുറുക്കിയപ്പോൾ കുന്തിപ്പുഴയെന്ന ഒരോർമ്മ തെളിഞ്ഞു.

അപ്പോൾത്തന്നെ അതുറപ്പിച്ചു. കുന്തിപ്പുഴയോരത്തു വച്ചു വേണം മഴയുടെ പുസ്തകം പ്രകാശനം ചെയ്യേണ്ടത്. അടുത്തത് വനംവകുപ്പിലേക്കുള്ള വിളികളുടെ നാളുകൾ. അടവീരവം 2022 എന്ന പരിപാടി മെയ്മാസത്തിൽ ചിന്നാർ വന്യജീവി സംരക്ഷണ കേന്ദ്രത്തിന്റെ പരിധിയിൽവരുന്ന പത്ത് ബോധിലൈബ്രറികളിലേ ക്ക് ഒരുലക്ഷം രൂപയ്ക്കുള്ള പുസ്തകങ്ങളും അത്യാവശ്യം ഫർ ണിച്ചറുകളും സമാഹരിച്ചു നൽകിയിട്ട് അധിക ദിവസമായിട്ടില്ല, ആയതിനാൽത്തനെ സൈലന്റ്‌വാലിയിൽ വച്ച് ഒരു പുസ്തകപ്ര കാശനം എന്ന ആശയത്തെ വനംവകുപ്പും സസന്തോഷം സ്വാഗ തം ചെയ്തു.

മാത്രവുമല്ല അപ്പോഴേക്കും യാത്രയും വായനയും ഇഷ്ടപ്പെടു ന്ന കുറച്ചു പേർ സൈലന്റ്‌വാലിയിലേക്ക് ഒപ്പമുണ്ട് എന്നുപറഞ്ഞു കൂടെയെത്തി. പക്ഷേ, ഒരു തടസ്സം കാത്തു നിൽപ്പുണ്ടായിരുന്നു. കുന്തിപ്പുഴയോരത്തു വച്ചു പ്രകാശനം നടക്കില്ല. അവിടേക്ക് ആരെ യും കയറ്റിവിടുന്നില്ല, അവിടേക്കുള്ള പാത ഒരു ഉരുൾപൊട്ടലിൽ ഒലിച്ചുപോയതു പുനർനിർമ്മിക്കുന്നതേയുള്ളൂ. പിന്നെന്തു വഴി?

അപ്പോഴാണ് നിളയിലേക്കു ചേരുന്ന കുന്തിപ്പുഴയ്ക്കു പകരം കാവേരിയെ പുൽകുന്ന ഭവാനിപ്പുഴ മുന്നിൽ തെളിഞ്ഞത്. അങ്ങ നെ, പുസ്തകപ്രകാശനം ഭവാനിപ്പുഴയോരത്ത് എന്നു തീരുമാന മായത്. സംഘാംഗങ്ങൾ ഇരുപതായി വർദ്ധിച്ചു. അതോടെ പുസ് തകം പ്രസിദ്ധീകരിക്കുക എന്നതിനൊപ്പം പ്രാധാന്യം യാത്രയ്ക്കും ഉണ്ടായി. വനംവകുപ്പിൽ നിന്നും സമ്മതം വാങ്ങി. എല്ലാക്കാര്യ ങ്ങളും തയ്യാറാക്കിക്കഴിഞ്ഞു. അതോടെ സ്വപ്നം കാണൽ വർദ്ധി ച്ചു. പോകുന്നത് ഇലപൊഴിയും കാട്ടിലേക്കല്ല. നല്ല ഒന്നാന്തരം

മഴക്കാടിലേക്കാണ്. വന്യമൃഗങ്ങൾ ധാരാളമുള്ള, പ്രത്യേകിച്ചും ആനയും പുലിയും കടുവയും കരടിയും, രാജവെമ്പാലയും ഒക്കെ മദിക്കുന്ന കാട്ടിലേക്ക്.

മഴപെയ്തുതീരുന്നിടത്തു നിന്നാരംഭിക്കുന്ന മരപ്പെയ്ത്തുള്ള കാടുകൾ. അതിന്റെ ഓരംപറ്റി മഴനനഞ്ഞു വേണം പുസ്തകം പ്രകാശിപ്പിക്കാൻ. പുസ്തകവും വന്നു. ഇനി യാത്ര. ഓരോ യാത്രയും ആരംഭിക്കുന്നത് മാനവഹൃദയത്തിൽ നിന്നാണ്, ഈ യാത്രയും. സ്വപ്നങ്ങൾക്കു ചിറകുമുളച്ച പോലൊരു യാത്ര. ആകെ പത്തൊമ്പതു പേർ. പതിനൊന്നു പേർ തിരുവനന്തപുരത്തു നിന്നും, ഒരാൾ എറണാകുളത്തു നിന്ന്, ഒരാൾ തൃശ്ശൂർ നിന്ന്, ഇനി ആറുപേർ മലപ്പുറംജില്ലയുടെ വിവിധഭാഗങ്ങളിൽ നിന്നും കൂടെക്കൂടും. മണ്ണാർക്കാട് എല്ലാവരുടേയും സംഗമസ്ഥാനമായി.

പത്തൊമ്പത് സ്ത്രീകൾ ഒത്തുകൂടിയാൽ അവർ എന്തൊക്കെ സംസാരിക്കുമെന്ന് ഊഹിക്കാമോ? പുരുഷന്മാർ മാറി നിൽക്കുന്ന വേളയിൽ അവർ സ്വന്തം സ്വത്വം പുറത്തെടുക്കും. അപ്പോഴവരുടെ മുഖത്തുവിരിയുന്ന ചിരിയിൽ ആത്മവിശ്വാസം തുളുമ്പും. അവർ ലോകത്തോട് പറയും, ദാ ഞാൻ തയ്യാറാണ്, ഇനിയെന്തു പ്രതിസന്ധിയും വന്നോട്ടെ എന്ന്. അതു സത്യമാകുകയാണ്. ഞാൻ ആ ആഹ്ലാദം കണ്ടു നിൽക്കുമ്പോൾ എന്റെ കണ്ണിൽ കിനിയുന്നത് ആനന്ദാശ്രുക്കൾ.

സൈലന്റ്‌വാലിയിലേക്ക്, അഥവാ സഹ്യന്റെ മാറിലേക്ക്. ഇലപൊഴിയാക്കാടിലേക്ക്, മഴക്കാടിലേക്ക്, മഴയുംമരവും മത്സരിച്ചു പെയ്യുന്ന കൊടുംകാട്ടിലേക്ക്. ചുരം കയറിത്തുടങ്ങിയ ഞങ്ങളെ ച്ചൂഴ്ന്ന് കോടമഞ്ഞിന്റെ പുതപ്പ്! കുളിര്, കണ്ണിനും കരളിനും. വീടും ഓഫീസും മറന്ന്, അടുക്കളയിലെ തീരാജോലികൾ മറന്ന്, കഴുകാത്ത, ഉണങ്ങാത്ത തുണികളെ മറന്ന്, വീട്ടുകാരുടെ അതെവിടെ, ഇതെവിടെ ചോദ്യങ്ങൾ മറന്ന്, 'അമ്മേ അതു താ, ഇതു താ' എന്ന ആവശ്യങ്ങൾ മറന്ന് ഒരുകൂട്ടം പെണ്ണുങ്ങൾ. ഞങ്ങൾ ചെന്നിറങ്ങിയത് മുക്കാലിയിൽ. മുക്കാലിയും കോടപുതച്ചു നിൽക്കുന്നു. തട്ടമിട്ടു നിൽക്കുന്ന കല്യാണപ്പെണ്ണിനെപ്പോലെ മുക്കാലി. മഞ്ഞുപുതച്ച പ്രഭാതത്തിൽ മുക്കാലിക്കവലയിലേക്കു വന്നെത്തുന്ന കുറച്ചു നാട്ടുകാർ, ഉണരുന്ന കടകൾ. തണുപ്പിന്റെ ആലസ്യം വിട്ടുണർന്നിട്ടില്ല. വിസ്മയങ്ങൾ ഒരുക്കിവച്ചു കാടിന്റെ ഓരത്തു ഞങ്ങളും.

പുസ്തകം പ്രകാശിപ്പിക്കണം. അതും പുഴയോരത്തു നിന്ന്.

മഴ നനഞ്ഞുകൊണ്ടുവേണം അത്. ഭവാനിപ്പുഴയുടെ ഓരത്താണു ഞങ്ങൾ. ഏറ്റവും പ്രിയമുള്ള ഒരാളെത്തേടി അതിവേഗം പായുന്ന ഭവാനിപ്പുഴ. സഹ്യനിൽ പിറവികൊണ്ട്, അതിദ്രുതം, കേരളംവിട്ട്, തമിഴകത്തിന്റെ ദാഹംശമിപ്പിച്ച് കാവേരിക്കു കൂട്ടായി കിഴക്കോട്ടൊഴുകുന്നവൾ. അവളുടെ പ്രവാഹവേഗത്തിൽ ആടിയുലയുന്ന കാട്ടുപ്പൊന്തകൾ ഒരു വേനലിന്റെ തിരുശേഷിപ്പായി അവിടവിടെ ആകെ നനഞ്ഞ് കാണപ്പെട്ടു. മഴ ഒട്ടൊന്നു വിട്ടുനിൽക്കുകയാണ്. ഇതാണു സമയം, ഇടയ്ക്ക് ഒന്നു ചോദിക്കട്ടെ, ഒരു മഴപ്പുസ്തകം പ്രകാശനംചെയ്യുമ്പോൾ ആരാകണം അതിനു സാക്ഷ്യംവഹിക്കേണ്ടത്? കേരളം, സഹ്യന്റെ വരദാനമെങ്കിൽ ആ സഹ്യനെക്കാക്കുന്നവരല്ലേ ആ പുസ്തകത്തിന്റെ പിറവിക്കും സാക്ഷ്യംവഹിക്കേണ്ടത്. അപ്പോൾ ആകാശത്തു മൂന്നു നക്ഷത്രങ്ങൾ ഉദിച്ചോ എന്നറിയില്ല, പക്ഷേ, ഞങ്ങൾക്കു ചുറ്റും വനപാലകർ ഉണ്ടായിരുന്നു.

സൈലന്റ്‌വാലി കാടുകളുടെ നാഥനായ വൈൽഡ് ലൈഫ് വാർഡൻ വിനോദ് ഐഎഫ്എസ് മഴയുടെ സങ്കീർത്തനങ്ങൾ മുതിർന്നഎഴുത്തുകാരിയായ, അധ്യാപികയായ ഞങ്ങളുടെ പ്രിയങ്കരിയായ ശാന്താതുളസീധരനു നൽകി പ്രകാശനം ചെയ്തു. ഒരു ചെറുചാറ്റൽമഴയപ്പോൾ തൂവാനംതൂവിക്കടന്നു പോയി. വീണ്ടും മാനം തെളിഞ്ഞു. ഞങ്ങളുടെ മനവും.

ഇനിയാണ് ആ യാത്ര. കാടകത്തിന്റെ പൊരുൾ തേടിയുള്ള യാത്ര. ഈ യാത്ര, ഞങ്ങളുടെ പദ്ധതിയിൽ ഉൾപ്പെട്ടതായിരുന്നില്ല. കാരണം, ഞങ്ങളുടെ അറിവിൽ സൈരന്ധ്രിയിലേക്ക് പാതയില്ല. പിന്നെ എങ്ങനെയാണു കുന്തിപ്പുഴ കാണുക? ആ അതിമോഹം പാടേമാറ്റിവച്ചിരുന്നു. യാത്രയ്ക്ക് ഒരുങ്ങിയപ്പോൾ ചിലർ കുത്തുവാക്കു പറഞ്ഞതു മനസ്സിലുണ്ട്, കുന്തിപ്പുഴ കാണാതെന്ത് സൈലന്റ്‌വാലി എന്ന്. അപ്പോൾ നിശ്ശബ്ദയായി നിന്നതും ഓർമയുണ്ട്. എന്തു ചെയ്യാൻ? ഇല്ലാത്ത വഴി ഉണ്ടാക്കിപ്പോകാൻ ആകില്ലല്ലോ. അതിന്റെ നിരാശയുള്ളിലുണ്ടായിരുന്നു. നമ്മുടെ ഇച്ഛ നിഷ്കളങ്കമാണെങ്കിൽ ഈശ്വരനും പ്രകൃതിയും ഒപ്പം നിൽക്കുമെന്നു പറയാറില്ലേ, അതു തന്നെ സംഭവിച്ചു. ഞങ്ങൾ ചെല്ലുന്നതിനു ദിവസങ്ങൾക്കു മുൻപു മാത്രം പണിതീർന്ന ആ പാത, ഞങ്ങൾക്കായി തുറന്നുതന്നു. ജീപ്പിന്റെ ടയർ ഉരുളാൻ പാകത്തിന് കോൺക്രീറ്റ് ചെയ്ത പാതയിലൂടെ ഞങ്ങൾ പുറംലോകത്തിന്റെ മുഖംമൂടി അഴിച്ചുവച്ച് കാടിന്റെ പച്ചപ്പിലേക്ക്, തണുപ്പിലേക്കു കടന്നു. കാട്ടുമൃഗങ്ങളെക്കാണുക, പക്ഷികളെക്കാണുക ഇതൊന്നും അജ

ണ്ടയിലില്ല. ആക്രമണകാരികളായവയെ കാണാതിരിക്കുന്നതുതന്നെയാണ് ഇത്തരം യാത്രയ്ക്കു നല്ലത്. കാരണം പന്ത്രണ്ടു മുതൽ എഴുപത്തിരണ്ടു വയസ്സുവരെയുള്ളവർ കൂട്ടത്തിലുണ്ട്. സുരക്ഷ അതിപ്രധാനമാണ്. മരച്ചില്ലകളിൽ ചാടിമറിയുന്ന സൈലന്റ്‌വാലിയുടെ സ്വന്തം സിംഹവാലന്മാരും മലയണ്ണാന്മാരും, ചില പക്ഷികളും മാത്രം ആ യാത്രയിൽ ദർശനം നൽകി. പക്ഷേ, അതല്ലല്ലോ ഞങ്ങളെ കാത്തിരിക്കുന്നത്, നൂറടിപ്പൊക്കത്തിൽ ഒരു നിരീക്ഷണ ഗോപുരം, അതിൽ കയറി ചുറ്റുംനോക്കിയാൽ കാണുന്ന കുന്തിപ്പുഴ. അതല്ലേ കാഴ്ച! ചിലർ തൂവലുപോലെ ഭാരം കുറഞ്ഞവർ, കാറ്റിനോടു കളി പറഞ്ഞ് നൂറടിപ്പൊക്കത്തിലേക്കവർ ചുമ്മാതങ്ങു കയറിപ്പോയി. ചിലർ ഭയന്ന് താഴെ ചാറ്റൽ മഴയോടു പരിഭവം പറഞ്ഞ് കുന്തിപ്പുഴയുടെ ദൂരക്കാഴ്ചയിലേക്ക് എത്തി നോക്കി സമാധാനിച്ചു. ഞാനോ ഗോപുരപടവുകളിൽ സ്വസ്ഥമായി കണ്ണടച്ചു നിന്ന് പെയ്യുന്ന മഴ ഏറ്റുവാങ്ങി, കാറ്റും മഞ്ഞും മേഘങ്ങളുമൊത്തു നൃത്തം ചെയ്യുന്നത് കണ്ട് മനംനിറച്ചു. ചുറ്റിലും പച്ചപ്പുമാത്രം.

ഒന്നുണ്ട്, ഈ കാഴ്ച ഞങ്ങൾക്കായി കാത്തു സൂക്ഷിച്ച ചിലർ, അവർ സൈലന്റ്‌വാലി അണക്കെട്ടിനെതിരെ പൊരുതി. തുടർന്നുവന്ന വനസംരക്ഷണ നിയമം ഈ വനപ്രദേശത്തെ കാത്തു രക്ഷിച്ചു. അല്ലായിരുന്നെങ്കിൽ ഈ കാടും നൂറടിപ്പൊക്കത്തിലെ നിരീക്ഷണ ഗോപുരത്തോളം ഉയരത്തിൽ കാട് ജലസമാധി ആകുമായിരുന്നു.

വടക്ക് നീലഗിരിക്കുന്നുകളും തെക്ക് മണ്ണാർക്കാട് സമതലത്തിനുമിടയിൽ കുന്തിപ്പുഴയുടെ ഉത്ഭവമായി സൈരന്ധ്രീവനം നിലകൊള്ളുന്നു. 2012-ൽ യുനെസ്കോയുടെ ലോകപൈതൃക പദ്ധതി പദവി സൈലന്റ്‌വാലിയെത്തേടിയെത്തുന്നതിനും, 1984-ൽ സൈരന്ധ്രീവനം സൈലന്റ്‌വാലി നാഷണൽപാർക്ക് ആയി മാറുന്നതിനും മുൻപ് ഒരു ചരിത്രമുണ്ട്. കോഴിക്കോട് ആർട്സ് ആൻഡ് സയൻസ് കോളേജിൽ ബോട്ടണി പ്രൊഫസർ ആയിരുന്ന എം.കെ. പ്രസാദ്, അതേ കോളേജിലെ സുവോളജി വകുപ്പ് അധ്യക്ഷനായ രാമകൃഷ്ണൻ പാലാട്ട് എന്നിവർ ചേർന്ന് സൈലന്റ്‌വാലിയിലേക്കു നടത്തിയ രണ്ടു ദിവസത്തെ യാത്ര, സൈലന്റ്‌വാലിയെ അകാലമരണത്തിൽ നിന്നും കാത്തുരക്ഷിച്ചു എന്നു പറയാം. 'സൈലന്റ്‌വാലി ഒരു ഇക്കോളജീയ സമീപനം' എന്ന പേരിൽ 1977 ഒക്ടോബറിൽ ശാസ്ത്രഗതി മാസികയിൽ പ്രസിദ്ധീകരിച്ച എം.കെ. പ്രസാദ് എഴുതിയ ലേഖനം, പിന്നീട് ഒരു കാടിന്റെ, ഒരു നാടിന്റെ

ഗതിമാറ്റി. പരിസ്ഥിതി പ്രവർത്തകർ മാത്രമല്ല എഴുത്തുകാരും സാധാരണക്കാരും സൈലന്റ് വാലി സംരക്ഷണത്തിനുള്ള പ്രക്ഷോഭത്തിൽ പങ്കെടുത്തു വിജയംവരിച്ചു. എഴുത്തുകാർ മരക്കവികൾ എന്ന പരിഹാസം ഏറ്റുവാങ്ങിയിട്ടും പിന്തിരിഞ്ഞില്ല, സഹനവും ക്ഷമയും ആവോളം വേണ്ടിവന്നു. അവരുടെ ത്യാഗം, ശുദ്ധവായുവായി, ശുദ്ധജലമായി ഇന്നെന്നെ പൊതിയുന്നു.

കാടിനെ അറിഞ്ഞൊരു നടപ്പ്, നല്ലനടപ്പ് എന്നു പറയാം, അതാണ് ഈ ദിവസത്തെ ധന്യമാക്കുന്നത്. ശുദ്ധവായു, ശുദ്ധജലം, ചുറ്റും കിളികളുടെ ശബ്ദം, ഉരയുന്ന ചൂരൽക്കാടിന്റെ സംഗീതം, പശ്ചാത്തലസംഗീതത്തിനു മാറ്റുകൂട്ടാൻ കാട്ടുറവകൾ, അതും പ്രഭാതത്തിൽ, മഴയൊഴിഞ്ഞ നേരത്ത്. എന്താണു കാട്ടിലിത്ര കാണാൻ എന്നാർക്കെങ്കിലും തോന്നിയാൽ ഇതൊക്കെ എന്നേ ഉത്തരമുള്ളൂ. മനസ്സു ശൂന്യമായി. ഈ പച്ചപ്പിൽ കുഴയ്ക്കുന്ന ചിന്തകൾ ഒന്നും കടന്നു വരുന്നില്ല. ശാന്തത മാത്രം.

'രാത്രിമഴ ചുമ്മാതെ കേണും ചിരിച്ചും
വിതുമ്പിയും നിർത്താതെ പിറുപിറുത്തും
നീണ്ട മുടിയിട്ടുലച്ചും കുനിഞ്ഞിരിക്കുന്നൊരു
യുവതിയാം ഭ്രാന്തിയെപ്പോലെ...'

രാത്രിമഴയ്ക്കൊരു ആമുഖം വേണ്ട മലയാളികൾക്ക്. സുഗതകുമാരി ടീച്ചർ എന്ന കവയിത്രിയൊരു ബിംബമാണു നമുക്ക്. മനുഷ്യർക്കു മാത്രമല്ല ഈ സഹ്യനും പറയാനുണ്ടാകും ആ അസാധാരണ വനിതയെക്കുറിച്ച്. അവരുടെ അസാധാരണ ഇച്ഛാശക്തിയെക്കുറിച്ച്.

ദുരമൂത്ത മനുഷ്യരുടെ കോടാലിത്തലയാൽ വെട്ടിമാറ്റപ്പെട്ട മാമരങ്ങൾക്ക്, ഉറവ വറ്റിവരണ്ട മലനിരകൾക്ക്, പൊടിക്കാറ്റ് ആഞ്ഞുവീശിയ മൊട്ടക്കുന്നുകൾക്ക്, ഇനി ജീവന്റെ തുടിപ്പിന് സാധ്യതയില്ലെന്നു കരഞ്ഞു തളർന്ന മാടിൻ പറ്റങ്ങൾക്ക്, ഇവയ്ക്കൊക്കെ പ്രതീക്ഷയുടെ പുതുവസന്തമായിരുന്നു അവർ. രാത്രിമഴയെന്ന കവിത അവർ രചിച്ചത് അട്ടപ്പാടിയിലെ അവർ നട്ടുനനച്ചു വളർത്തിയ കൃഷ്ണവനത്തിന്റെ ഓരത്തിരുന്നാണ്. കൃഷ്ണവനത്തിലേക്കുള്ള യാത്രയിൽ മനസ്സിൽ ഒരു രൂപവും ശബ്ദവും മാത്രമേ ഉണ്ടായിരുന്നുള്ളൂ. ആ ഒരു വ്യക്തി, അവർ ചെയ്തത് അവർക്കു വേണ്ടി ആയിരുന്നില്ല. അവർ കേരളത്തിലെ ജനങ്ങൾക്കു വേണ്ടിയാണ് അതുചെയ്തത്. വനനിയമം പാസ്സാക്കാൻ എടുത്ത രണ്ടു വർഷക്കാലയളവിൽ അട്ടപ്പാടിയെ മനുഷ്യർ മൊട്ടക്കുന്നാ

ക്കി മാറ്റി. പിൽക്കാലത്തു ടീച്ചറുടെ നേതൃത്വത്തിൽ വനംവകുപ്പു മായി ചേർന്ന് പ്രവർത്തിച്ച ഒരു കൂട്ടം മനുഷ്യർ മുളയും വാകയും ഒക്കെ ആ ഊഷരഭൂമിയിൽ നട്ടുപിടിപ്പിച്ചു. ക്രമേണ അവിടം ചെറു കാടായി മാറി, ചെറുമരങ്ങൾ വലുതായി, മുളകൾ മുളങ്കാടുകളാ യി, ഒരിക്കൽ അവിടം ഉപേക്ഷിച്ച വന്യജീവികൾ അവിടേക്കു മട ങ്ങിവന്നു. വരണ്ടുപോയ ഭൂമിയുടെ മാറ് വീണ്ടും ചുരത്തിത്തുട ങ്ങി, ഒരിക്കലും വറ്റാത്ത ഉറവകൾക്കു ജീവൻവച്ചു. അവിടെ ആ കാടിനു മുന്നിൽ നിന്നു ഞാൻ എന്താണ് പ്രാർത്ഥിക്കേണ്ടത്? ഈ കാഴ്ച എനിക്കായി കാത്തു വച്ചതിനു നിനക്കു പ്രണാമം എന്നോ? അതോ അമ്മയായ ഭൂമിയുടെ മനമറിഞ്ഞ മകളായ പ്രിയ കവയി ത്രീ, നിന്റെ ജീവിതം എത്ര ധന്യമെന്നോ? കണ്ണിൽ ഉരുണ്ടുകൂടിയ നീർക്കണങ്ങൾ ഭൂമിയിൽ ഇറ്റുവീഴുമ്പോൾ അതു കവയിത്രിയ്ക്കു ള്ള അശ്രുപൂജയായി.

ഭവാനിപ്പുഴയൊരു ഭ്രാന്തമായ ആവേശത്തിൽ ഒഴുകി മറയുന്ന തായിരുന്നു ആദ്യകാഴ്ചയെങ്കിൽ, ഭവാനി ശാന്തയായി, വിശാല മായി, പരന്നൊഴുകുന്ന കാഴ്ചയും കണ്ണിനിമ്പമായി. മെല്ലെ പുഴ യിൽ ഇറങ്ങി, മിനുസമാർന്ന കല്ലുകളിൽ ഇരുന്ന് ആകാശവും അക്കരെ ഊരും കാടും കണ്ട് ചിലവിട്ട കുറച്ചു സമയം, പത്തൊമ്പ തു പെണ്ണുങ്ങളും ഒരു പുഴ പോലെ തെളിച്ചമുള്ളവരായി അപ്പോൾ. അവരിലെ ബാല്യം പുനർജ്ജനിച്ചു. വെള്ളാരങ്കല്ലുകൾ പെറുക്കി ക്കൂട്ടുമ്പോൾ, അവയോരോന്നും വെള്ളത്തിലേക്ക് തിരിച്ചെറിയു മ്പോൾ, കാൽ നനച്ചും കൈ നനച്ചും അവർ തൊട്ടറിയുമ്പോൾ, ഇതല്ലേ ജീവിതത്തിന്റെ സുന്ദരനിമിഷമെന്ന് ഒന്നു ചിന്തിക്കാതിരു ന്നില്ല. ചിതറുന്ന പുഴയുടെ ജലമർമരത്തോളം കിലുക്കം പെൺകൂ ട്ടത്തിന്റെ പൊട്ടിച്ചിരികൾക്കും.

മടക്കമാണ്.

കാടിനോടും പുഴയോടും, ശുദ്ധവായുവിനോടും, ജലത്തോടും മഞ്ഞിനോടും മഴയോടും വിടപറയുകയാണ്.

തിരിച്ചു വരും.

മല്ലീശ്വരമുടിയുടെ മുകളിൽ ശിവരാത്രി നാളിൽ തെളിയുന്ന ദീപപ്രഭ കാണണം. അതൊരിക്കലും കാണാൻ സാധിക്കാത്ത അട്ടപ്പാടിയിലെ കരുവാരഊരിനെ അകലെനിന്നും ഒരിക്കൽ കൂടി കാണണം, പൊട്ടിച്ചിരിക്കുന്ന ഭവാനിപ്പുഴയിലും, പതഞ്ഞൊ ഴുകുന്ന കുന്തിപ്പുഴയിലും ഒന്നു സ്പർശിക്കണം.

രണ്ടുദിനം നീണ്ടയാത്രയിൽ സദാ നിഴൽപോലെ കൂടെനിന്ന

വനംവകുപ്പിലെ സ്നേഹംനിറഞ്ഞ, ഉത്തരവാദിത്തബോധവും തികഞ്ഞ കരുതലുമുള്ള ഉദ്യോഗസ്ഥരോട് ഞങ്ങളുടെ നന്ദി അത്രമേൽ ഹൃദയപൂർവം രേഖപ്പെടുത്തട്ടെ.

യാത്രയിൽ ഒപ്പം കൂടിയ ഏറ്റവും ചെറിയ പെൺകിടാവ്, ഏഴാം ക്ലാസ്സുകാരി ലക്ഷ്മി പാർവ്വതി, ഏറ്റവും മുതിർന്ന ഞങ്ങളുടെ പൊന്നമ്മയായി മാറിയ ജമീലച്ചേച്ചി, എന്റെ പ്രിയപ്പെട്ട ടീച്ചറും ഈ പുസ്തകത്തിന്റെ എഡിറ്ററും ആയ ശാന്താ തുളസീധരൻ എന്ന ശാന്ത ടീച്ചർ, കോളേജ് അധ്യാപികയായ ഡോ. സേതുലക്ഷ്മി എന്ന സേതുചേച്ചി, മകൾ മീനാക്ഷി, റെഫിമോൾ, മഞ്ചു, ജമീല ചേച്ചിയുടെ കൊച്ചുമകൾ ലക്ഷ്മി, അനുരാധ ടീച്ചർ, യമുന ടീച്ചർ, സെക്രട്ടേറിയേറ്റിൽ നിന്നും വന്ന പ്രീന (ലക്ഷ്മി പാർവ്വതിയുടെ അമ്മ), രശ്മി നായർ, കോട്ടക്കലിൽ നിന്നുള്ള വൃന്ദ, മകളും ഗായികയുമായ കൃഷ്ണേന്ദു, മലപ്പുറത്തു നിന്നും മീര, എഴുത്തുകാരികളായ മുംതാസ് പടമുഗൾ, കയ്യുമ്മു കോട്ടപ്പടി, പകരക്കാരിയായി എത്തി ഞങ്ങളുടെ ഹൃദയം കവർന്ന ചിത്ര, ഞങ്ങൾ ഇത്രയും പേർ ചേർന്നു നടത്തിയ യാത്രയിൽ അരങ്ങിനു പിന്നിൽ നിന്നും എനിക്കു ധൈര്യം നൽകിയ എന്റെ സഹോദരൻ അജീഷ് ചന്ദ്രൻ, കുടുംബാംഗങ്ങൾ, ഓരോരുത്തരോടും എന്റെ ഹൃദയം നിറഞ്ഞ നന്ദി, ഭംഗിവാക്കായി പറഞ്ഞു തീർക്കാനാകില്ല. അത്രമേൽ നിർമ്മലചിത്തത്തോടെ ഞാൻ ഏവരേയും ഹൃദയത്തോടു ചേർത്തു നിർത്തുന്നു.

ഇതൊരു തുടക്കമാണ്.

ജീവന്റെ അവസാന തുടിപ്പോളം യാത്ര ചെയ്യാനാകട്ടെ എന്ന ആഗ്രഹത്തോടെ അടുത്ത യാത്രയുടെ ഭാണ്ഡം മുറുക്കട്ടെ ഞാൻ.

ഠഠ

അനുബന്ധം

സൈലന്റ്‌വാലി ദേശീയോദ്യാനം

കേരളത്തിൽ പാലക്കാട് ജില്ലയിലായി പശ്ചിമഘട്ടത്തിൽ സ്ഥിതി ചെയ്യുന്ന ദേശീയോദ്യാനമാണ് സൈലന്റ്‌വാലി ദേശീയോദ്യാനം. പ്രാദേശികമായി ഇവിടുത്തെ വനങ്ങളെ സൈരന്ധ്രിവനം എന്നു വിളിക്കുന്നു. ഇന്തോ-ആസ്ത്രേലിയൻ ഭൂഖണ്ഡത്തിന്റെ കാലം തൊട്ടേയുള്ള വനപ്രദേശമാണ് സൈലന്റ്‌വാലിയെന്നാണ് ഭൂമിശാസ്ത്രജ്ഞന്മാരുടെ അഭിപ്രായം. സൈലന്റ്‌വാലിയുടെ ജൈവവൈവിധ്യത്തിനു മുഖ്യകാരണം ഈ 70 ലക്ഷം വർഷങ്ങളുടെ പഴക്കമായിരിക്കണമെന്നാണ് പൊതുവേയുള്ള അനുമാനം.

പാണ്ഡവന്മാരുമായി ബന്ധപ്പെടുത്തിയുള്ള ഏറെ ഐതിഹ്യങ്ങൾ പ്രദേശവുമായി ബന്ധപ്പെട്ടുണ്ട്. പ്രദേശത്തുകൂടി ഒഴുകുന്ന കുന്തിപ്പുഴ എന്ന പുഴയും ഐതിഹ്യങ്ങളുമായി ബന്ധപ്പെട്ടിരിക്കുന്നു. സൈരന്ധ്രി എന്ന പേരുതന്നെ പാഞ്ചാലിയുടെ പര്യായമാണ്. 1914-ൽ മദ്രാസ് സർക്കാർ ഈ പ്രദേശത്തെ സംരക്ഷിത പ്രദേശമായി പ്രഖ്യാപിച്ചതു മുതലാണ് സൈലന്റ്‌വാലിയുടെ ആധുനിക ചരിത്രം ആരംഭിച്ചത്. 1975 കാലഘട്ടത്തിൽ കേരള വൈദ്യുതി വകുപ്പ് സൈലന്റ്‌വാലിയിൽ കൂടി ഒഴുകുന്ന കുന്തിപ്പുഴയിലെ പാത്രക്കടവ് ഭാഗത്തു അണക്കെട്ട് നിർമ്മിക്കാനുള്ള പദ്ധതി ആരംഭിച്ചപ്പോൾ, ഹെക്ടർ കണക്കിനു മഴക്കാടുകൾ (വളരെയധികം മഴ ലഭിക്കുന്ന വനങ്ങളെയാണ് മഴക്കാടുകൾ എന്നു പറയുന്നത്. സാധാരണ ഒരു വർഷത്തിൽ 1750 മി.മീ.-ൽ കൂടുതൽ മഴ ലഭിക്കുന്ന വനങ്ങളെ മഴക്കാടുകൾ എന്നു പറയാം. ഭൂമിയിലെ മൂന്നിൽ രണ്ട് ഭാഗം സസ്യങ്ങളും ജന്തുക്കളും ജീവിക്കുന്നതു മഴക്കാടുകളിലാണ്. വണ്ണം കുറഞ്ഞ തായ്ത്തടി ഉള്ള വൃക്ഷങ്ങളാണ് മഴക്കാടുകളിൽ പ്രധാനമായും ഉള്ളത്. ഇവയുടെ ഏറ്റവും മുകളിലായി ശിഖ

രങ്ങൾ കാണപ്പെടുന്നു. എന്നാൽ പന പോലെയുള്ള മരങ്ങളും വാഴ പോലെയുള്ള ചെറിയ സസ്യങ്ങളും മഴക്കാടുകളിൽ വളരുന്നു. അപൂർവ്വങ്ങളായ സസ്യങ്ങളും ജന്തുക്കളും ഏറ്റവും കൂടുതൽ കാണപ്പെടുന്നതും മഴക്കാടുകളിലാണ്.) വെള്ളക്കെട്ടിനടിയിലാകുമെന്ന കാരണത്താൽ പ്രകൃതിസ്നേഹികളുടെ നേതൃത്വത്തിൽ ശക്തമായ പ്രക്ഷോഭം ആരംഭിക്കുകയും, 1984-ൽ അന്നത്തെ പ്രധാനമന്ത്രി ആയിരുന്ന ഇന്ദിരാഗാന്ധി പാത്രക്കടവു ജലവൈദ്യുത പദ്ധതി നിർത്തലാക്കിയതായി പ്രഖ്യാപിക്കുകയും ചെയ്തു. പ്രൊഫ.എം.കെ. പ്രസാദ്, സുഗതകുമാരി, എൻ.വി. കൃഷ്ണവാര്യർ, വി.ആർ. കൃഷ്ണയ്യർ തുടങ്ങിയവരായിരുന്നു സൈലന്റു വാലി സംരക്ഷണ പ്രക്ഷോഭത്തിനു മുൻകൈയെടുത്തവരിൽ ചിലർ. കേരള ശാസ്ത്രസാഹിത്യപരിഷത് പദ്ധതിക്കെതിരേ രംഗത്തു വന്ന സംഘടനകളിൽ പ്രമുഖമാണ്. സൈലന്റ്‌വാലി സംരക്ഷണ പ്രക്ഷോഭം അന്താരാഷ്ട്രശ്രദ്ധ നേടാനും മാത്രം ശക്തവും രാജ്യവ്യാപകവും ആയിരുന്നു എന്നത് എടുത്തു പറയണ്ട കാര്യമാണ്.

1979-ൽ അന്നത്തെ കാർഷിക വകുപ്പ് സെക്രട്ടറി ആയിരുന്ന ഡോ. എം. എസ്. സ്വാമിനാഥൻ നടത്തിയ സർവ്വേ പ്രകാരം 1980-ൽ തന്നെ സൈലന്റ്‌വാലി ദേശീയോദ്യാനമാണെന്ന് ഭാരത സർക്കാർ പ്രഖ്യാപിച്ചിരുന്നെങ്കിലും പാത്രക്കടവു ജലവൈദ്യുത പദ്ധതി പ്രദേശം ഒഴിവാക്കിയിരുന്നു. എന്നാൽ പ്രക്ഷോഭശേഷം 1984-ൽ ഇറങ്ങിയ പുതിയ ഉത്തരവു പ്രകാരം സൈലന്റ്‌വാലി ദേശീയോദ്യാനത്തിന്റെ അതിർത്തിക്കുള്ളിൽ നിർദ്ദിഷ്ട ജലവൈദ്യുത പദ്ധതിയുടെ പ്രദേശങ്ങളും ഉൾപ്പെട്ടിരുന്നു. 1985 സെപ്റ്റംബർ 7-നു അന്നത്തെ പ്രധാനമന്ത്രി രാജീവ് ഗാന്ധി സൈലന്റ്‌വാലി ദേശീയോദ്യാനം രാഷ്ട്രത്തിനു സമർപ്പിച്ചു. സൈലന്റ്‌വാലിയുടെ സസ്യാവരണത്തിന്റെ സവിശേഷതയും മഴക്കാടുകളുടെ പ്രാധാന്യവും മനസ്സിലാക്കിയ ഐക്യരാഷ്ട്ര സംഘടന ലോകത്തിലെ തന്നെ ഏറ്റവും സംരക്ഷണമർഹിക്കുന്ന ജൈവമേഖലയായ നീലഗിരി ബയോസ്ഫിയർ റിസർവ്വിന്റെ മൂലകേന്ദ്രമായി ഈ നിശ്ശബ്ദതാഴ്വരയെ മാറ്റുകയുണ്ടായി.

സൈലന്റ് വാലിയിലൂടെ ഒഴുകുന്ന തൂതപ്പുഴയുടെ ഒരു കൈവഴിയാണ് കുന്തിപ്പുഴ അഥവാ കുന്തിരിക്കപ്പുഴ. കേരളത്തിലെ രണ്ടാമത്തെ നീളം കൂടിയ നദിയായ ഭാരതപ്പുഴയുടെ ഒരു പ്രധാന പോഷകനദിയാണ് തൂതപ്പുഴ. കുന്തിപ്പുഴ സൈലന്റ് വാലി മലകളിലെ

അഗിണ്ട മലകളിൽ നിന്നാണ് ഉത്ഭവിക്കുന്നത്. ഏകദേശം 60 കിലോമീറ്റർ നീളമുള്ള ഈ പുഴ കാഞ്ഞിരപ്പുഴ, അമ്പൻകടവ്, തുപ്പ നാടുപുഴ എന്നീ പുഴകൾ ചേർന്നാണ് രൂപമെടുക്കുന്നത്. പാല ക്കാട്, മലപ്പുറം ജില്ലകളിൽ കൂടി ഒഴുകുന്ന കുന്തിപ്പുഴ പള്ളിപ്പുറം ഗ്രാമത്തിനു രണ്ടു കിലോമീറ്റർ അകലെ കരിയന്നൂരിൽ വച്ച് ഭാര തപ്പുഴയിൽ ലയിക്കുന്നു.

തുടക്കത്തിൽ ഇത് സൈലന്റ്‌വാലി നാഷണൽ പാർക്കിലെ ഉഷ്ണമേഖലാ നിത്യഹരിത വനങ്ങളിലൂടെയും പർവതപ്രദേശ ങ്ങളിലൂടെയും ഒഴുകുന്നു. പിന്നീടത്, പാലക്കാട് സമതലങ്ങളിലേ ക്ക് പ്രവേശിക്കുന്നു, അവിടെ കോട്ടോപടം, മണ്ണാർക്കാട്, കുമാരം പുത്തൂർ, കരിമ്പുഴ, ശ്രീകൃഷ്ണപുരം, വെള്ളിനെഴി, തച്ചനത്തു കര, അലിപറമ്പ്, മറയമംഗലം, ഏലാംകുളം, പുലമന്തോൾ, മൂർക്ക നാട്, വിലത്തൂർ, കൊടുമുടി. കുന്തിപ്പുഴ നദി പിന്നീട് ഭാരതപുഴ നദിയുമായി കരിയന്നൂരിൽ ഇരിമ്പിലിയം എന്ന സ്ഥലത്ത് വച്ച് നി ളയിൽ ലയിക്കുന്നു.

മഴക്കാടുകളെ പുഴ രണ്ടുഭാഗമായി തിരിച്ചുകൊണ്ടാണ് ഒഴുകു ന്നത്. പുഴയുടെ കിഴക്കേക്കരയിൽ രണ്ടു കിലോമീറ്ററും പടിഞ്ഞാ റെ കരയിൽ അഞ്ചു കിലോമീറ്ററുമാണ് സൈലന്റ്‌വാലി ദേശീയോ ദ്യാനം. താഴ്‌വരയുടെ കിഴക്കൻ ചെരിവിൽ നിന്നുത്ഭവിക്കുന്ന കുന്തൻ ചോലപ്പുഴ, കരിങ്ങാത്തോട്, മദ്രിമാരൻ തോട്, വലിയപാറ ത്തോട്, കുമ്മൻന്തൻ തോട് എന്നീ ചോലകൾ പുഴയെ പുഷ്ടിപ്പെടു ത്തുന്നു. പന്ത്രണ്ടു കിലോമീറ്ററോളം പുഴയുടെ തീരം കുത്തനെ ചരിഞ്ഞാണ് പോകുന്നത്.

ഈ പ്രദേശത്തിന്റെ മലയാളത്തിലെ പേർ സൈരന്ധ്രിവനം എന്നായിരുന്നു. പാണ്ഡവരുടെ വനവാസകാലവുമായാണ് ഈ പേരിനു ബന്ധം. പാണ്ഡവരും പത്നി ദ്രൗപദിയും ഇവിടെ പുഴ യ്ക്കരികിലുള്ള ഗുഹയിൽ തങ്ങിയിരുന്നു എന്നാണ് കഥ.

1857-ലാണ് ബ്രിട്ടീഷ് സസ്യശാസ്ത്രജ്ഞനായ റോബർട്ട് വൈറ്റ് സൈലന്റ്‌വാലിയിൽ എത്തുന്നത്. ചീവീടുകളുടെ ചിലപ്പിന്റെ അസാന്നിധ്യം ശ്രദ്ധിച്ച വൈറ്റ്, താഴ്‌വരയ്ക്കു സൈലന്റ്‌വാലി എന്നു പേർ കൊടുത്തു. വൈദ്യുതി ബോർഡിന്റെ ജലവൈദ്യുതി പദ്ധതിക്കുള്ള നീക്കങ്ങൾക്കെതിരേ നടന്ന ജനകീയ സമരങ്ങൾ ചരിത്രമാണ്. കുന്തിപ്പുഴക്ക് കുറുകെ അണകെട്ടി വൈദ്യുതി ഉത്പാ ദിപ്പിക്കാനുള്ള നീക്കമാണ് പരിസ്ഥിതി സ്നേഹികളുടെ എതിർപ്പു മൂലം പരാജയപ്പെട്ടത്. പുഴയുടെ ഇരുകരയിലും കുന്തിരിക്കവൃക്ഷ

ങ്ങൾ ധാരാളമായി കാണപ്പെടുന്നു. കുന്തിരിക്കപ്പുഴ എന്നത് ലോപിച്ചാണ് കുന്തിപ്പുഴ എന്ന പേര് വന്നത് എന്നു കരുതപ്പെടുന്നു.

89 ചതുരശ്ര കിലോമീറ്റർ വിസ്തീർണ്ണമുള്ള ഇവിടം ദേശീയോദ്യാനങ്ങളിൽ താരതമ്യേന ചെറുതാണ്. നീലഗിരി പീഠഭൂമിയുടെ ഭാഗമാണെങ്കിലും തെക്കു ഭാഗം പാലക്കാടൻ സമതലങ്ങളുമായി ചേർന്നാണ് സ്ഥിതി ചെയ്യുന്നത്. സമുദ്രനിരപ്പിൽ നിന്നുള്ള ഉയരം 658 മീറ്റർ മുതൽ 2384 മീറ്റർ വരെ വ്യത്യാസപ്പെട്ടിരിക്കുന്നു. കുന്തിപ്പുഴയാണ് സൈരന്ധ്രി വനത്തിലൂടെ ഒഴുകുന്ന ഏക നദി. 2800 മി.മീ മുതൽ 3400 മി.മീ വരെയാണ് വാർഷിക വർഷപാതം. സൈലന്റ്‌വാലി ദേശീയോദ്യാനത്തിന്റെ കിഴക്കൻ ഭാഗങ്ങൾ പശ്ചിമഘട്ടത്തിന്റെ മഴനിഴൽ പ്രദേശങ്ങളായതുകൊണ്ട് (പർവ്വതത്തിന്റെയോ പർവ്വതനിരകളുടെയോ സാന്നിദ്ധ്യത്താൽ സൃഷ്ടിക്കപ്പെടുന്ന ഒരു പ്രത്യേക ഭൂപ്രദേശമാണ് മഴനിഴൽ പ്രദേശം. മഴമേഘങ്ങളെ വഹിച്ചുകൊണ്ടുള്ള കാറ്റുകളെ പർവ്വതങ്ങളോ പർവ്വതനിരകളോ തടയുമ്പോൾ മഴ ഉണ്ടാവുന്നു. പക്ഷേ ഇങ്ങനെ ഉണ്ടാവുന്ന മഴ പർവ്വതത്തിന്റെ ഒരു ഭാഗത്ത് മാത്രം ആയിരിക്കും. അതിനാൽ മഴ ലഭിക്കാത്ത മറുഭാഗം വരണ്ട് ഉണങ്ങി ഇരിക്കും. ഈ പ്രദേശമാണ് മഴനിഴൽ പ്രദേശം. പശ്ചിമഘട്ടം ഇതിന് ഒരു നല്ല ഉദാഹരണമാണ്. പശ്ചിമഘട്ടത്തിന്റെ ഒരു വശത്തുള്ള കേരളത്തിൽ നല്ല മഴ ലഭിക്കുമ്പോൾ മറുവശത്തുള്ള തമിഴ്നാടിന്റെ പലപ്രദേശങ്ങളും മഴനിഴൽ പ്രദേശങ്ങളാണ്.

ഏറ്റവും സങ്കീർണ്ണമായ ഇക്കോവ്യൂഹങ്ങളിലൊന്നാണ് മഴക്കാട്. സ്വയം പര്യാപ്തമായ ഒരു ഇക്കോവ്യൂഹമായി ഇതിനെ പരിഗണിയ്ക്കാം. മഴക്കാടുകളുടെ ഊർജ്ജസ്രോതസ്സ് സൂര്യൻ തന്നെയാണ്. മരങ്ങളും സസ്യലതാദികളും ഉദ്പാദകരും വിവിധ തരം ജന്തുക്കൾ ഉപഭോക്താക്കളും ബാക്ടീരിയ, കുമിൾ, ചിതൽ, പുഴുക്കൾ, കീടങ്ങൾ, മുതലായവ വിഘാടകരുമാണ്. വിഘാടകർ മൃതശരീരങ്ങളെയും ഇല, തണ്ട്, പൂവ് എന്നിവയും അവയിലടങ്ങിയിട്ടുള്ള കാർബൺ, നൈട്രജൻ തുടങ്ങിയവയെയും പ്രകൃതിയിലേയ്ക്ക് മുതൽക്കൂട്ടുന്നു

ശാസ്ത്രീയമായ കണക്കുകൾ പ്രകാരം ലക്ഷക്കണക്കിന് കൊല്ലം മുൻപ് ഭൂമധ്യരേഖപ്രദേശത്തു മുഴുവൻ കാടായിരുന്നു. ഈ കാട് തെക്കോട്ടും വടക്കോട്ടും വ്യാപിച്ചിരുന്നു. എന്നാൽ ഇപ്പോൾ അത് ഭൂമദ്ധ്യരേഖ പ്രദേശത്ത് മാത്രമായി ചുരുങ്ങിയിരിക്കുന്നു. മഴക്കാടിന്റെ ഉദ്പാദകർ മരങ്ങളാണ് രാക്ഷസമരങ്ങൾ മുതൽ

കുഞ്ഞുചെടികൾ വരെ ഇതിൽ പെടും. ഒറ്റനോട്ടത്തിൽ കുറ്റിച്ചെടികൾ എന്ന് തോന്നുന്നവ പോലും മരത്തിന്റെ രൂപത്തിലാകും. ഇത്തരം മരങ്ങളെ മൂന്നായി തിരിന്ക്കാം.

ഇലത്തലപ്പു കുറഞ്ഞ ചെറു വൃക്ഷങ്ങൾ. ഇവയുടെ ഉയരം പരമാവധി 60 അടി വരെയാണ്.

കൂടുതൽ ഉയരവും കരുത്തുമുള്ള വൃക്ഷങ്ങൾ. ഉയരം 60 അടി മുതൽ 120 അടി വരെ. ഇവയുടെ വിടർന്ന തലപ്പുകൾ ഒരു കുട പോലെ രൂപാന്തരം പ്രാപിച്ചിട്ടുണ്ടായിരിയ്ക്കും.

മൂന്നാമത്തെ വിഭാഗത്തിൽ പെട്ട മരങ്ങൾക്ക് 120 അടി മുതൽ 200 അടി വരെ ഉയരമുണ്ടായിരിക്കും. ഇവയാണ് രാക്ഷസൻ മരങ്ങൾ. ഇവ അന്തരീക്ഷത്തിലെ ഏറ്റവും ഉയർന്ന തട്ടിൽ നിൽക്കുന്നു. ഈ മൂന്നു വിഭാഗം മരങ്ങളും ഒരുമിച്ചു നിൽക്കുന്നതുകണ്ടാൽ കാടിന്റെ മൂന്നു തട്ടുകളാനെന്നു തോന്നും. ഈ മൂന്നടരുകളെയും വേർതിരിച്ചു കാണുക പ്രയാസമാണ്. കാരണം കാട് എപ്പോഴും വളർന്നുകൊണ്ടിരിയ്ക്കുകയാണ്. ഓരോ അടരിനും ഒരു പ്രത്യേക അളവിൽ സൂര്യപ്രകാശം ലഭിച്ചുകൊണ്ടിരിയ്ക്കും.) അവിടെ മഴ കുറവാണ്. 39 ഡിഗ്രി സെൽഷ്യസ് വരെ ഇവിടെ കൂടിയ ചൂടു രേഖപ്പെടുത്തിയിട്ടുണ്ടെങ്കിലും 20.2 ഡിഗ്രി സെൽഷ്യസ് ആണ് ആപേക്ഷിക ശരാശരി. നീലഗിരി ജൈവമേഖലയുടെ കാതൽ പ്രദേശമാണത്രെ സൈരന്ധ്രി വനം.

സാധാരണ വനങ്ങളിൽ ചീവീടുകൾ സൃഷ്ടിക്കുന്ന ശബ്ദ അന്തരീക്ഷം ഇവിടെ ഇല്ലാത്തതു കൊണ്ടാണ് ഇവിടം സൈലന്റ്‌വാലി (നിശ്ശബ്ദതാഴ്‌വര) എന്നറിയപ്പെടുന്നത് എന്ന വാദമാണ് പ്രമുഖമെങ്കിലും, സൈരന്ധ്രിവനം എന്ന പേരിനെ ആംഗലേയ വത്ക്കരിച്ചതിന്റെ ഫലമായാണ് സൈലന്റ്‌വാലി ഉണ്ടായതെന്നാണ് ചിലർ അഭിപ്രായപ്പെടുന്നു. സൈലന്റ്‌വാലി വനപ്രദേശത്തു കാണുന്ന സിംഹവാലൻ കുരങ്ങിന്റെ ശാസ്ത്രീയ നാമത്തിൽ നിന്നും (Macaca silenus) ഉത്ഭവിച്ചതാണ് സൈലന്റ്‌വാലി എന്ന പേര് എന്ന വാദവും ദുർബലമല്ല. ഈ പേർ എന്നു മുതലാണ് പ്രചാരത്തിലായതെന്നതിന്ന് രേഖകളില്ലെങ്കിലും ബ്രിട്ടീഷ് സർക്കാരിന്റെ സി.ഇ.1909-ലെ ഒരു ഭൂപടത്തിൽ ഇത് ഉപയോഗിച്ചുകാണുന്നുണ്ട്. നിശ്ശബ്ദതാഴ്‌വരയെന്നാണ് പേരെങ്കിലും നാനാജാതി പക്ഷികളും, പ്രാണികളും, മൃഗങ്ങളും വനം ശബ്ദമുഖരിതമായി തന്നെ ഇവിടം നിലനിർത്തുന്നു. വളരെ പഴക്കമുള്ള വനമായതിനാൽ തിരിച്ചറിയപ്പെട്ട ആയിരക്കണക്കിനു ജൈവജാലങ്ങൾക്കൊപ്പം തിരിച്ചറിയപ്പെടാത്ത

വയും ഇവിടെ ഉണ്ടാകാം എന്നാണ് പരിസ്ഥിതി ശാസ്ത്രജ്ഞരുടെ കണക്കുകൂട്ടൽ.

1000 സസ്യവംശങ്ങളെ ഇവിടുത്തെ മലബാർ മഴക്കാടുകളിൽ കണ്ടെത്തിയിട്ടുണ്ട്. 966 ഇനം സസ്യങ്ങളും പുഷ്പിക്കുന്നവയാണ്. 108 ഇനം ഓർക്കിഡുകളും അവയിൽ പെടുന്നു. 170 ഇനം പക്ഷികളെ കണ്ടെത്തിയിട്ടുള്ളവയിൽ 31 ഇനം ദേശാടകർ ആണെന്നാണ് അനുമാനം. 100 ഇനം ചിത്രശലഭങ്ങളേയും, 400 ഇനം മറ്റു ശലഭങ്ങളേയും ഇവിടെ കണ്ടെത്തിയിട്ടുണ്ട്. സിംഹവാലൻ കുരങ്ങ്, കരിങ്കുരങ്ങ്, കുട്ടിത്തേവാങ്ക്, കടുവ, പുള്ളിപ്പുലി, അരയൻ പൂച്ച, ചെറു വെരുക്, തവിടൻ വെരുക്, കാട്ടു പട്ടി, പാറാൻ, കരടി, മ്ലാവ്, കേഴ, പുള്ളിമാൻ, കൂരമാൻ, ആന മുതലായവയാണ് ഈ പ്രദേശത്തു കാണുന്ന പ്രധാന മൃഗങ്ങൾ. കുറുച്ചെവിയൻ മൂങ്ങ, തവളവായൻ കിളി, ഷഹീൻ പ്രാപ്പിടിയൻ, മലമുഴക്കി വേഴാമ്പൽ തുടങ്ങി ഒട്ടനവധി പക്ഷികളേയും ഇവിടെ കാണാം.

ദേശീയോദ്യാനമായുള്ള പ്രഖ്യാപനത്തിനുശേഷമുള്ള ഓരോ വർഷം സൈലന്റ്വാലിയിൽ നിന്നും ഓരോ വർഷവും ഓരോ പുതിയ ചെടികളെയെങ്കിലും കണ്ടെത്താറുണ്ട് എന്നത്, പ്രദേശത്തിന്റെ പാരിസ്ഥിതിക പ്രാധാന്യത്തിനുള്ള പ്രധാന തെളിവാണ്. ശ്രീലങ്കയിൽ മാത്രം കണ്ടുവരുന്ന രണ്ടിനം ചെടികളെ ഇവിടെ കണ്ടെത്തിയിട്ടുണ്ട്. തവളവായൻ കിളി (Ceylon Frogmouth) എന്ന അത്യപൂർവ്വ പക്ഷിയും ശ്രീലങ്കയിലാണ് സാധാരണ കണ്ടുവരുന്നത്. ഭൂമിശാസ്ത്രപരമായ കണ്ടെത്തലുകളിലേക്ക് ഇവ നയിച്ചേക്കാമെന്നാണ് ശാസ്ത്രജ്ഞർ കരുതുന്നത്. സൈലന്റ്വാലിയിൽ കണ്ടുവരുന്ന സിംഹവാലൻ കുരങ്ങ്, കരിങ്കുരങ്ങ് (Nilgiri langur) എന്നിവയാകട്ടെ ഐ.യു.സി.എൻ ചുവന്ന പട്ടികയിൽ വംശനാശത്തെ തുടർന്നു സ്ഥാനം പിടിച്ചവയാണ്.

ഇരുളർ, മുകുടർ കുറുമ്പർ മുതലായവരാണ് ദേശീയോദ്യാന പ്രദേശത്ത് വസിക്കുന്ന പ്രധാന ആദിവാസികൾ. ദേശീയോദ്യാനത്തിനു സമീപമുള്ള അട്ടപ്പാടിയാകട്ടെ വിവിധ ആദിവാസി വംശങ്ങൾ ഒരുമിച്ചു പാർക്കുന്നിടവുമാണ്.

കേന്ദ്രസർക്കാർ 1984-ൽ അനുമതി നിഷേധിച്ചെങ്കിലും കേരള വൈദ്യുതി വകുപ്പ് പാത്രക്കടവ് വൈദ്യുത പദ്ധതി പൂർണ്ണമായുപേക്ഷിച്ചിട്ടില്ല. പാത്രക്കടവിലോ പരിസരപ്രദേശങ്ങളിലോ അണക്കെട്ടുണ്ടായാൽ അത് ദേശീയോദ്യാനത്തിനു ഭീഷണിയാകുമെന്നതിൽ സംശയമില്ല. സൈലന്റ്വാലിക്കു സമീപമുള്ള ഉൾക്കാടുകളി

ലെ കന്യാവനങ്ങൾ വെട്ടിത്തെളിച്ച് കഞ്ചാവു കൃഷിക്കും മറ്റുമായു പയോഗിക്കുന്നതും ദേശീയോദ്യാനത്തിനു ഭീഷണിയാകുന്നുണ്ട്. കാട്ടുതീയും മറ്റൊരു ഭീഷണിയാണ്. കേരളത്തിൽ നിന്നും തമിഴ് നാട്ടിൽ നിന്നും ഒരേപോലെ പ്രവേശിക്കാവുന്നതിനാൽ ഇരുഭാഗ ത്തുനിന്നുമുള്ള വേട്ടക്കാരും ജീവജാലങ്ങൾക്ക് അന്തകരാകാറുണ്ട്.

ഇതിൽ പ്രധാനമാണ് സിംഹവാലൻകുരങ്ങ്. വംശനാശത്തിന്റെ വക്കിലെത്തിയിരിക്കുന്ന മക്കാക്ക് (Macaque) വർഗത്തിൽപ്പെട്ട കുരങ്ങുകളാണ് സിംഹവാലൻ കുരങ്ങ്. ലോകത്ത് പശ്ചിമഘട്ടത്തി ന്റെ തെക്കൻപകുതിയിൽ മാത്രം കാണുന്ന ജീവിവർഗ്ഗമാണിത്. കേരളത്തിൽ സൈലന്റ്‌വാലിയിലും തമിഴ്നാട്ടിൽ കളക്കാട്-മുണ്ടന്തുറൈ വന്യജീവിസങ്കേതം ഉൾപ്പെടുന്ന ആശാംബൂ മലനി രകളിലുമാണ് സിംഹവാലൻ കുരങ്ങുകൾക്ക് ദീർഘകാലം നില നിൽക്കാൻ പറ്റിയ തുടർച്ചയായ ആവാസവ്യവസ്ഥ ഉള്ളത്. വർഷ ത്തിൽ എല്ലാകാലത്തും കായ്കനികൾ ലഭിക്കുക നിത്യഹരിതവന ങ്ങളിൽ മാത്രമാണ്. അതുകൊണ്ടാണ് സിംഹവാലൻ സൈലന്റ് വാലിയുടെ ഭാഗമായത്.

രോമങ്ങൾ കറുത്തനിറത്തിലോ കടുംതവിട്ടുനിറത്തിലോ ആണ്. വെള്ളിനിറവും വെള്ളനിറവും കലർന്ന സടയാണ് വേറൊ രു പ്രത്യേകത. രോമങ്ങളില്ലാത്ത മുഖത്തിന് കറുത്തനിറമാണ്. തല മുതൽ വാലിന്റെ അറ്റം വരെ 45മുതൽ 60 സെ.മീ നീളമുള്ള ഇവക്ക് പത്തുകിലോഗ്രാമിൽതാഴെയേ തൂക്കം കാണുകയുള്ളൂ. 25 സെ.മീ നീളമുള്ള വാലിന്റെ അറ്റം സിംഹത്തിന്റെ വാലിനു സദൃ ശ്യമായതിനാലാണ് ഇവയെ സിംഹവാലൻ കുരങ്ങൻ എന്നു വിളി ക്കുന്നത്. കാടുകളിൽ 20 വർഷത്തോളം ജീവിച്ചിരിക്കുന്ന ഇവ മൃ ഗശാലകളിലും മറ്റും 30 വർഷത്തോളം ജീവിക്കുന്നതായി രേഖ പ്പെടുത്തിയിട്ടുണ്ട്. നല്ല മരംകയറ്റക്കാരായ ഇവ മഴക്കാടുകളിലെ മുകൾത്തട്ടിലാണ് മിക്കവാറും സമയം ചെലവഴിക്കുന്നത്. മറ്റു കുര ങ്ങുകളുടെ സ്വഭാവത്തെ അപേക്ഷിച്ച് നോക്കുമ്പോൾ ഇവ മനുഷ്യ രുമായുള്ള ഇടപെടൽ ഇഷ്ടപ്പെടാത്ത കൂട്ടത്തിലാണ്. കൂട്ടമായി കഴിയുന്ന ജീവികളാണിവ, ഓരോ കൂട്ടത്തിലും പത്തു മുതൽ ഇരു പതു വരെ അംഗങ്ങൾ കാണാം. കുറച്ചു ആൺകുരങ്ങുകളും കുറെ പെൺകുരങ്ങകളെയും ഒരോ കൂട്ടത്തിലും കാണാം.

മഴക്കാടുകളിലെ പഴങ്ങൾ, ഇലകൾ, മുകുളങ്ങൾ, പ്രാണികൾ, ചെറിയ ജീവികൾ എന്നിവയാണ് ഇവയുടെ ഭക്ഷണം. 92 ഇനം മരങ്ങളെയും ചെടികളെയും ഭക്ഷണത്തിനായി ഈ ജീവികൾ

ആശ്രയിക്കുന്നതായി പഠനങ്ങൾ വെളിവാക്കുന്നു. വെടിപ്ലാവ്, പാലി, കാട്ടുപ്ലാവ്, ആൽമരം, കാട്ടുമാവ് എന്നിവയാണ് പ്രധാനപ്പെട്ട മരങ്ങൾ. കണക്കുപ്രകാരം കേരളം, കർണ്ണാടക, തമിഴ്നാട് എന്നീ സംസ്ഥാനങ്ങളിലെ വനങ്ങളിൽ 2500-ഓളം സിംഹവാലൻ കുരങ്ങുകളേ ഇന്ന് ജീവിച്ചിരിക്കുന്നുള്ളൂ - അവയുടെ വാസസ്ഥലങ്ങൾ തേയില, കാപ്പി, തേക്ക് എന്നീ തോട്ടങ്ങൾ, അണക്കെട്ടുകൾ എന്നിവയുടെ നിർമ്മാണത്താൽ ചുരുങ്ങിക്കൊണ്ടിരിക്കുകയാണ്. ഇവ തോട്ടങ്ങളിലൂടെ സഞ്ചരിക്കുകയോ ജീവിക്കുകയോ ചെയ്യാത്തതും മനുഷ്യസഹവാസം ഇഷ്ടപ്പെടാത്തതും സിംഹവാലൻ കുരങ്ങുകളുടെ എണ്ണത്തിൽ കാര്യമായ കുറവുവരുത്തിയിട്ടുണ്ട്.

സൈലന്റ്‌വാലി പ്രദേശത്ത് അണക്കെട്ട് നിർമ്മിക്കുന്നത് ഇവയുടെ വംശനാശത്തിനു കാരണമായേക്കമെന്നത്, 1977-നും 1980-നും ഇടയിൽ സൈലന്റ്‌വാലി പ്രക്ഷോഭത്തിനു വഴിതെളിച്ചു. ഇവയ്ക്ക് ജീവിക്കാൻ ഏറ്റവും അനുയോജ്യസാഹചര്യമുണ്ടെന്നു കരുതപ്പെടുന്ന സൈലന്റ് വാലി പ്രദേശത്ത്, 1993-നും 1996-നുമിടയ്ക്ക് പതിനാലോളം സിംഹവാലൻ കുരങ്ങുകളുടെ കൂട്ടങ്ങളെ കണ്ടതായി രേഖപ്പെത്തിയിട്ടുണ്ട്. സിംഹവാലൻ കുരങ്ങുകളുടെ ആവാസപ്രദേശങ്ങളിൽ വടക്കേയറ്റമായ കർണ്ണാടകയിലെ സിർസി-ഹൊന്നവാര പ്രദേശങ്ങളിൽ 32 കൂട്ടങ്ങൾ വരെ ജീവിക്കുന്നതായി കരുതപ്പെടുന്നു. പണ്ട് ഗോവ മുതൽ പശ്ചിമഘട്ടത്തിന്റെ തെക്കേഅറ്റം വരെ കണ്ടിരുന്നു. എന്നാൽ ഇപ്പോൾ കർണാടകയിലെ ശരാവതി നദിയ്ക്ക് തെക്ക് മാത്രമേ ഇവയെ കാണാനുള്ളു. ഇവയെല്ലാം കൂടി 3500-4000 എണ്ണമേ അവശേഷിക്കുന്നുള്ളു.

ഇത്തരത്തിൽ മറ്റൊന്നാണ് മലമുഴക്കി വേഴാമ്പൽ. വേഴാമ്പൽ കുടുംബത്തിലെ അംഗമാണ് മലമുഴക്കി വേഴാമ്പൽ അഥവാ മരവിത്തലച്ചി. ശാസ്ത്രീയനാമം: ബുസെറൊസ് ബൈകൊർണിസ്. കേരളത്തിന്റെയും അരുണാചൽ പ്രദേശിന്റെയും സംസ്ഥാന പക്ഷിയാണ് ഈ വേഴാമ്പൽ. മലകളിൽ പ്രതിദ്ധ്വനിക്കുമാറുള്ള ശബ്ദവും ഹെലികോപ്റ്റർ പറക്കുമ്പോഴുള്ള ശക്തമായ ചിറകടിയൊച്ചയുമാണ് ഇവയ്ക്ക് മലമുഴക്കി എന്ന പേര് സമ്മാനിച്ചത്.

വംശംനാശ ഭീഷണി നേരിട്ടുകൊണ്ടിരിക്കുന്ന മലമുഴക്കി വേഴാമ്പലിനെ സാധാരണയായി ഇന്ത്യയിലെ മഴക്കാടുകളിലും മലായ് പെനിൻസുലയിലും സുമാത്ര, ഇന്തോനേഷ്യയിലുമാണ് കണ്ടുവരുന്നത്. ഈ പക്ഷിയുടെ ആയുസ്സ് ഏകദേശം 50 വർഷമാണ്. കേരളത്തിലെ നെല്ലിയാമ്പതി, അതിരപ്പിള്ളി-വാഴച്ചാൽ,

ചെന്തുരുണി കാടുകളിലും മലമുഴക്കി വേഴാമ്പലിനെ കാണാറുണ്ട്. ചെറിയ ഒരനക്കം മതി, വേഴാമ്പൽ ചിറകടിച്ച് പറന്നുപോകും. കൂട്ടിനുള്ളിലെ കുഞ്ഞുങ്ങൾക്കും അമ്മയ്ക്കും തീറ്റതേടി അലഞ്ഞ് അവ പകർന്നുകൊടുക്കുകയാണ് ആണിന്റെ ജോലി. പരിസരത്ത് അപരിചിതർ ഉണ്ടെന്നുകണ്ട് ഭയന്നാൽ ആൺപക്ഷി മണിക്കൂറുകൾക്കുശേഷമേ തിരിച്ചെത്തൂ. അതീവജാഗ്രതയാണ് വേഴാമ്പലിന് അപ്പോൾ. ചുരുങ്ങിയത് 50 അടിയെങ്കിലും ഉയരത്തിലുള്ള വൃക്ഷത്തിലാണ് കൂടുകൾ. പല വൃക്ഷങ്ങളുടേയും വിത്തുകൾ വിതരണം ചെയ്യുന്നതുകൊണ്ട് 'കാട്ടിലെ കർഷകൻ' എന്ന പേരുമുണ്ട്.

ഏഷ്യയിൽ ഉള്ളതിൽ ഏറ്റവും വലിപ്പമേറിയ വേഴാമ്പലാണിത്. പൂർണവളർച്ചയെത്തിയ ആൺ വേഴാമ്പലിന് മൂന്നു മുതൽ നാല് അടി വരെ ഉയരവും അഞ്ചടിയോളം ചിറകളവും രണ്ടു മുതൽ നാലു കിലോഗ്രാം വരെ ഭാരവും ഉണ്ടായിരിക്കും. ശരീരത്തിന്റെ ഏറ്റവും വലിയ പ്രത്യേകത തലയിലായി കറുപ്പുമഞ്ഞയും കലർന്ന ഒരു തൊപ്പി ഉണ്ട് എന്നതാണ്. കൊക്കുകൾ വളരെ വലിയതും ശക്തിയേറിയതുമാണ്. പെൺവേഴാമ്പലുകൾ ആൺ വേഴാമ്പലുകളേക്കാളും വലിപ്പം കുറവാണ്. ആൺവേഴാമ്പലുകൾക്ക് ചുവന്ന കണ്ണും പെൺവേഴാമ്പലുകൾക്ക് നീല കലർന്ന വെളുത്ത കണ്ണുമാണുള്ളത്.

പഴങ്ങൾ, പുഴുക്കൾ, പ്രാണികൾ, ചിലതരം ഇലകൾ എന്നിവയാണ് പൊതുവെയുള്ള ഭക്ഷണം. ചിലപ്പോൾ ഇവ ചെറിയ സസ്തനികളെയും പാമ്പുകളെയും പക്ഷികളെയും പല്ലികളെയും പിടിച്ച് തിന്നാറുണ്ട്. പെൺ വേഴാമ്പലുകൾ മരങ്ങളുടെ പൊത്തുകളിലുള്ള കൂടുകളിൽ മുട്ടയിടുന്ന കാലത്ത്, പെൺപക്ഷി കൂട്ടിൽ കടന്ന ശേഷം മരത്തിന്റെ തൊലിയും ചെളിയും വിസർജ്ജ്യവും കൊണ്ട് കൊക്കുകൾ മാത്രം പുറത്തു കാണത്തക്ക വിധം ബാക്കി ഭാഗങ്ങൾ അടക്കുന്നു. പെൺപക്ഷി തൂവലുകൾ കൊഴിച്ച് കുഞ്ഞുങ്ങൾക്ക് പതുപതുത്ത കൂടൊരുക്കും. ഒന്നോ രണ്ടോ മുട്ടയിടും. കൂടിയാൽ മൂന്ന്. വെള്ള മുട്ടകളാണ് ഇടുന്നത്. കുറച്ചു സമയത്തിനു ശേഷംമുട്ടകളുടെ നിറം മാറും. മുട്ടകൾ വിരിയുന്നതുവരെ അവ പൊത്തിനുള്ളിൽ നിന്ന് പുറത്ത് വരാതെ അടയിരിക്കും. ആ സമയത്ത് ആൺ വേഴാമ്പൽ ആണ് പെൺ വേഴാമ്പലുകൾക്ക് ഭക്ഷണം തേടിക്കൊണ്ടുകൊടുക്കുന്നത്. 38-40 ദിവസത്തിനുള്ളിൽ മുട്ട വിരിഞ്ഞ് കുട്ടികൾ പുറത്തുവരുന്നു. മുട്ടവിരിഞ്ഞു രണ്ടാഴ്ചയ്

ക്കു ശേഷം കൂടിന്റെ അടച്ച ഭാഗം പൊളിച്ച് പെൺകിളി പുറത്തു വരും. പിന്നീട് ആൺപക്ഷിയും പെൺപക്ഷിയും കുട്ടികൾക്ക് തീറ്റ കൊടുക്കും. പൊതുവെ കൂട്ടമായിട്ടാണ് വേഴാമ്പലുകൾ കഴിയുക. ഒരുകൂട്ടത്തിൽ 20-ൽ താഴെ വേഴാമ്പലുകൾ ഉണ്ടാകും. ഇവ ഒറ്റ ഇണയെ മാത്രമേ സ്വീകരിക്കുകയുള്ളു. ഒറ്റകൂടു തന്നെ വർഷങ്ങളോളം ഉപയോഗിക്കും. 20-22 ആഴ്ചവരെയാണ് പ്രജനനകാലം. അതിൽ 15-19 ആഴചകളോളം പെൺപക്ഷി അടച്ചകൂട്ടിൽ തന്നെ കഴിയും.

സൈലന്റ് വാലിയിൽ പ്രത്യേകിച്ച്, പശ്ചിമഘട്ടത്തിന്റെ തെക്കു ഭാഗത്തും, ശ്രീലങ്കയിലും കാണപ്പെടുന്ന രാത്രിഞ്ചരനായ ഒരു പറവയാണ് മാക്കാച്ചിക്കാട. രാത്രി സഞ്ചാരിയായതിനാൽ ഇവയെ പകൽ കണ്ടെത്തുക വളരെ പ്രയാസമാണ്. തട്ടേക്കാട്, അരിപ്പ, റോസ് മല, പറമ്പികുളം, തേക്കടി എന്നിവടങ്ങളിൽ ഇവയെ ചുരുക്കമായി കാണാൻ കഴിയും. നന്നായി കാണാൻ കഴിയുന്നത് തട്ടേക്കാടാണ്. നിത്യഹരിതവനങ്ങളിലും ഇലപൊഴിയും ഈർപ്പവനങ്ങളിലും മാക്കാച്ചികാട ജീവിക്കുന്നു. വലിയ സൗന്ദര്യമൊന്നുമില്ലാത്ത ഇവയെ ഇംഗ്ലീഷിൽ സിലോൺ ഫ്രോഗ് മൗത്ത് എന്നു വിളിക്കുന്നു. മക്കാച്ചിക്കാടകളിൽ ആണിനു കാപ്പി കലർന്ന ചാര നിറമാണ്. പെണ്ണിനു ചെങ്കൽ നിറമാണ്. രണ്ടിന്റേയും ശരീരത്തിൽ അടയാളങ്ങളുണ്ടായിരിക്കും. എന്നാൽ പിടയ്ക്ക് പാടുകൾ കൂടുതലായിരിക്കും. മക്കാച്ചിക്കാടയുടെ വായ തവളയുടെ വായ് പോലെ അകലമുള്ളതാണ്. അതിനാൽ തവളവായൻ എന്ന പേരിലും ഇവ അറിയപ്പെടും. കാലുകൾ നന്നേ കുറുകിയതാണ്. വാ തുറന്ന് പറന്നാണ് മാക്കാച്ചികാട ഇരയെ പിടിക്കുന്നത്. ചെറുപ്രാണികൾ, ഷഡ്പദങ്ങൾ എന്നിവയാണ് മുഖ്യ ആഹാരം. മരത്തിൽ തന്നെയാണ് ഇവ കൂടുകൂട്ടുന്നത്. ഉണങ്ങിയ മരച്ചില്ലകളിൽ കരിയിലയോടു ചേർന്നാവും മിക്കവാറും പകലുകളിൽ വിശ്രമിക്കുന്നത്. മക്കാച്ചിക്കാടകൾ എണ്ണത്തിൽ വളരെക്കുറവാണ്.

സൈലന്റ് വാലിയിൽ കാണുന്ന മറ്റുചില മൃഗങ്ങളെയും പക്ഷികളെയും കൂടി ഒന്നു പ്രതിപാദിക്കാം. ഇവിടെ കാണുന്ന വലിപ്പം കുറഞ്ഞ ഒരിനം കുരങ്ങാണു കരിങ്കുരങ്ങ് അഥവാ നീലഗിരി കുരങ്ങ്. പ്രൈമേറ്റ ഗോത്രത്തിലെ സെർക്കോപൈതീസിഡെ കുടുംബത്തിന്റെ ഉപകുടുംബമായ കൊളോബിനെയിൽ ഉൾപ്പെടുന്നു.

വലിപ്പം കുറഞ്ഞ ഒരു വാനര ജീവിയാണ് കുട്ടിത്തേവാങ്ക്. രാത്രി കാലത്ത് മാത്രം ഇവ ആഹാരം തേടുന്നു. പകൽ ഇരുണ്ട

പ്രദേശത്ത് ഒളിച്ച് കഴിയും. മിക്കവാറും മരത്തിൽ തന്നെയാവും കഴിയുന്നത്. ഉരുണ്ട വലിയ കണ്ണും മെലിഞ്ഞ കൈകാലുകളും കുട്ടിത്തേവാങ്കിന്റെ സവിശേഷതകളാണ്. രോമങ്ങൾ നിറഞ്ഞ ശരീരം പട്ടു പോലെയും ഏറെക്കുറേ ഇരുണ്ടതുമാണ്. മുന്നിലേക്ക് തുറിച്ചു നോക്കുന്ന ഉരുണ്ട മിഴികളും, വെളുത്ത മുഖവും, മുന്നോട്ട് നീണ്ട മൂക്കും കുട്ടിത്തേവാങ്കിനെ വാനരജീവികളിൽ വ്യത്യസ്തനാക്കുന്നു. കണ്ണിനു ചുറ്റുമായി തവിട്ട് നിറമുള്ള വലയമുണ്ട്. ഇവയ്ക്ക് വാലില്ല എന്നതും ഒരു പ്രത്യേകതയാണ്. ശരാശരി രണ്ടടി നീളവും നാലു കിലോഗ്രാം തൂക്കവുമുണ്ടാകും. ഒറ്റയ്ക്കോ ഇരട്ടയായോ ഇവ സഞ്ചരിക്കുന്നു. കുട്ടിത്തേവാങ്കുകൾ മിശ്രഭുക്കുകളാണ്. ഇലകളും പഴങ്ങളും ഷഡ്പദങ്ങളെയും ചില ഉരഗങ്ങളേയും ഇവ ഭക്ഷിക്കും. ഇരയെ സാവധാനം സമീപിച്ച് രണ്ടു കൈകൾ കൊണ്ടും പൊടുന്നനെ പിടികൂടുന്നതാണ് ഇവയുടെ പതിവ്. മരത്തിലൂടെ യാത്ര ചെയ്യാനാണ് കുട്ടിത്തേവാങ്കിനു താത്പര്യം.

മനുഷ്യക്കുരങ്ങുകളും കുരങ്ങുകളും ഉൾപ്പെടുന്ന പ്രൈമേറ്റ് ഗോത്രത്തിലെ ലോറിസിനെ കുടുംബത്തിൽപ്പെടുന്ന സസ്തനിയാണിത്. ലോറിസിനെ ജന്തുകുടുംബത്തിലെ നാല് സ്പീഷീസിൽ ഏഷ്യയിൽ കാണപ്പെടുന്ന രണ്ട് സ്പീഷീസാണ് തേവാങ്കും കുട്ടിത്തേവാങ്കും. മലേഷ്യ, ജാവ, സുമാത്ര, ബോർണിയൊ എന്നിവിടങ്ങളിലും ഇന്ത്യയിൽ ആസാം തുടങ്ങിയ സംസ്ഥാനങ്ങളിലുമാണ് തേവാങ്കുകൾ കാണപ്പെടുന്നത്. ഇവയ്ക്ക് ഉരുണ്ട തലയും വലിപ്പം കൂടിയ വൃത്താകൃതിയിലുള്ള കണ്ണുകളുമാണുള്ളത്. പൊതുവേ 'ലോറിസ്' എന്നറിയപ്പെടുന്ന തേവാങ്കുകളുടെ കൈകാലുകൾക്കും ആന്തരികാവയവങ്ങൾക്കും തലച്ചോറിനും ഘടനയിൽ മനുഷ്യരുടേതിനോടും കുരങ്ങുകളുടേതിനോടും സാദൃശ്യമുണ്ട്. ശരീരത്തിന് 30 സെന്റിമീറ്ററും വാലിന് അഞ്ച് സെന്റിമീറ്ററും നീളമുണ്ട്; 1.2 കി.ഗ്രാം വരെ തൂക്കവും. തലയിലും തോൾഭാഗത്തും വെളുത്തതോ ചാരനിറത്തിലുള്ളതോ ആയ രോമപാളികൾ കാണാം. തലയിൽ നിന്നു പിന്നിലേക്കു പോകുന്ന തവിട്ടുനിറത്തിലുള്ള രേഖയും കണ്ണിനു ചുറ്റിലുമുള്ള തവിട്ടുവലയങ്ങളും ഇവയുടെ സവിശേഷതകളാണ്. വളരെ സാവധാനത്തിൽ സഞ്ചരിക്കുന്നതിനാൽ തേവാങ്കുകളെ 'സ്ളോ ലോറിസ്' എന്നു വിളിക്കുന്നു. ഓന്തുകൾ സഞ്ചരിക്കുന്നതുപോലെയാണ് ഇവ സഞ്ചരിക്കുക. അപൂർവമായി മാത്രമേ ഇവ നിലത്തിറങ്ങി സഞ്ചരിക്കാറുള്ളൂ. പകൽസമയം മുഴു

വൻ കാട്ടിലും വൃക്ഷങ്ങളുടെ വിടവുകളിലും മാളങ്ങളിലും മറ്റും ഉറങ്ങുന്ന ഇവ കാലുകളുപയോഗിച്ച് മരക്കൊമ്പിൽ തലകീഴായി തൂങ്ങിക്കിടന്ന് വിശ്രമിക്കുന്നു.

രാത്രികാലങ്ങളിൽ ഇരതേടാനിറങ്ങുന്ന തേവാങ്കുകൾ മണത്തറിഞ്ഞാണ് ഇരപിടിക്കുന്നത്. ചെറുജീവികളും പ്രാണികളുമാണ് മുഖ്യ ആഹാരം. പഴവർഗങ്ങളും മരക്കറയും ഇവ ആഹാരമാക്കാറുണ്ട്.

കടുവയാണ് ഇവിടങ്ങളിലെ മറ്റൊരു മൃഗസാന്നിധ്യം. മാംസഭുക്കുകൾ ആയ മാർജ്ജാരകുടുംബത്തിലെ വലിയ പൂച്ചകളിൽ ഏറ്റവും വലിയ ജീവിയാണ് കടുവ. ഏഷ്യൻ വൻകരയിലാണ് കടുവകളെ കണ്ടുവരുന്നത്. ഇന്ത്യയുടെ ദേശീയമൃഗം കടുവയുടെ ഉപവംശമായ ബംഗാൾ കടുവയാണ്. തവിട്ടു നിറത്തിലുള്ള ശരീരത്തിനു കുറുകെയുള്ള കറുത്ത വരകൾ കടുവകളെ കണ്ടാൽ ഇതരജന്തുക്കളിൽ നിന്നു പെട്ടെന്നു തിരിച്ചറിയാൻ സാധിക്കുന്നു. പക്ഷേ, വനങ്ങളിലെ നിറങ്ങൾക്കനുസൃതമായതരത്തിൽ കടുവയെ സ്വയം ഒളിപ്പിച്ചു നിർത്തുവാനും അവയുടെ നിറം ഉപകരിക്കുന്നു. ഇരകളേയും മറ്റും ദീർഘനേരം ഇമവെട്ടാതെ നോക്കിയിരിക്കാനും ഇവക്കു കഴിയും.

കാട്ടുപോത്ത്, കാട്ടുപന്നി, കേഴമാൻ മുതലായ മൃഗങ്ങളാണ് സാധാരണ കടുവകളുടെ ഭക്ഷണം. എന്നാൽ ചുരുക്കം സന്ദർഭങ്ങളിൽ കാണ്ടാമൃഗം, ആന എന്നിവയെയും വേട്ടയാടാറുണ്ട്. കഴുത്തിനു പിറകിൽ തന്റെ ദംഷ്ട്രകളിറക്കിയാണ് കടുവ ഇരകളെ കീഴടക്കുന്നത്. അങ്ങനെ ചെയ്യുന്നതു വഴി സുഷുമ്നാ നാഡി തകർക്കാനും ഇരകളെ വളരെ പെട്ടെന്നു തന്നെ നിർവീര്യമാക്കുവാനും കടുവയ്ക്കു കഴിയുന്നു. മാർജ്ജാര കുടുംബത്തിലെ ഇന്ന് ജീവിച്ചിരിക്കുന്നതിൽ ഏറ്റവും വലുതും ശക്തിയേറിയതുമായ അംഗമാണ് കടുവ. പൂർണ്ണവളർച്ചയെത്തിയ ആൺകടുവക്ക് 200 കിലോഗ്രാമെങ്കിലും ഭാരമുണ്ടാകും 300 കിലോഗ്രാമിലധികം ഭാരമുള്ള കടുവകളും അപൂർവ്വമല്ല. ഇന്ത്യയിൽ 1967-ൽ വെടിവച്ചുകൊന്ന ഒരു കടുവക്ക് 390 കിലോഗ്രാം ഭാരമുണ്ടായിരുന്നു. പെൺകടുവകൾ സാധാരണ 180 കിലോഗ്രാമിലധികം ഭാരം വയ്ക്കാറില്ല. മൂന്നു മീറ്ററാണ് ആൺകടുവകളുടെ ശരാശരി നീളം, പെൺകടുവകൾക്കിത് 2.5 മീറ്ററായി കുറയും. അഞ്ച് മീറ്ററോളം ഉയരത്തിൽ ചാടാനും 10 മീറ്ററോളം നീളത്തിൽ ചാടാനും കടുവകൾക്കു കഴിവുണ്ട്. സ്വന്തം ഭാരത്തിന്റെ ഇരട്ടിയുള്ള ഇരകളെ കീഴടക്കാനും കടത്തികൊണ്ടുപോ

കുവാനും കടുവകൾക്കു വളരെ നിസ്സാരമായി സാധിക്കും. ശരീരത്തിന്റെ മൂന്നിലൊന്നു ഭാരമുള്ള ഇരകളേയും കൊണ്ട് രണ്ടുമീറ്ററിലധികം ഉയരത്തിൽ ചാടാനും കടുവയ്ക്കു കഴിവുണ്ട്.

ഒറ്റയ്ക്ക് കഴിയുന്ന ഇവ പ്രജനന കാലത്ത് മാത്രമെ ഇണയോടൊപ്പം ജീവിക്കാറുള്ളു. മൂന്നോ നാലോ വർഷത്തിൽ ഒരിക്കൽ 3–4 കുഞ്ഞുങ്ങളെ പ്രസവിക്കുന്നു. 105–110 ദിവസമാണ് ഗർഭകാലം. പ്രസവിച്ച് കുറച്ച് ദിവസങ്ങൾക്ക് ശേഷമേ കുഞ്ഞുങ്ങളുടെ കണ്ണ് തുറക്കുകയുള്ളു. പ്രായപൂർത്തിയാവുന്നത് മൂന്നു വർഷംകൊണ്ടാണ്. 12 വയസ്സാണ് ഇവയുടെ ആയുർ ദൈർഘ്യം.

ജീവികളുടെ ആഹാരശൃംഖലയിലെ ഏറ്റവും ഉയർന്ന അംഗമാണ് കടുവ. കാട് അടക്കിവാഴും വിധം വാസസ്ഥലങ്ങളിൽ അധീന പ്രദേശപരിധി നിലനിർത്തി റോന്തു ചുറ്റുന്ന സ്വഭാവം കടുവക്കുണ്ട്. ആൺകടുവകളുടെ അധീനപ്രദേശം 70 മുതൽ 100 ചതുരശ്രകിലോമീറ്റർ വരെ വരും. പെൺകടുവകൾ 25 ചതുരശ്രകിലോമീറ്ററാണ് അടക്കി വാഴുക. ഒരു ആൺകടുവയുടെ പരിധിയിൽ പല പെൺകടുവകൾ കാണുമെങ്കിലും, മറ്റൊരു ആൺകടുവയെ സ്വന്തം പരിധിയിൽ കാണുന്നത് അവ തമ്മിലുള്ള പോരാട്ടത്തിലും മിക്കവാറും ഒരു കടുവയുടെ അന്ത്യത്തിലുമായിരിക്കും അവസാനിക്കുക. ഒരു കടുവയ്ക്കു തന്നെ ഇത്ര വലിയ ഒരു പരിധി ആവശ്യമുള്ളതിനാൽ വനനശീകരണം ഈ മൃഗങ്ങളെ വളരെ ഗുരുതരമായി ബാധിക്കുന്നു. കേരളത്തിൽ സുൽത്താൻ ബത്തേരി ആസ്ഥാനമായ വയനാടു വന്യജീവി സങ്കേതത്തിൽ, സൈലന്റ്‌വാലി ദേശീയോദ്യാനം, പെരിയാർ കടുവാസങ്കേതം എന്നിവിടങ്ങളിൽ കടുവകൾ ഉള്ളതായി കണ്ടെത്തിയിട്ടുണ്ട്. തോൽപ്പെട്ടി, കുറിച്യാട്, മുത്തങ്ങ, സുൽത്താൻ ബത്തേരി എന്നീ റേഞ്ചുകളിലായി 10 കടുവകളെയാണു കണ്ടത്.

പുള്ളിപ്പുലിയാണ് മറ്റൊരു മൃഗസാന്നിധ്യം. ആഫ്രിക്ക, ഏഷ്യ എന്നീ ഭൂഖണ്ഡങ്ങളിൽ ഇവ പൊതുവേ കാണപ്പെടുന്നു. പുള്ളിപ്പുലികൾക്ക് താരതമ്യേന ചെറിയ കാലുകളും വലിയ ശരീരവും വലിയ തലയും ആണ് ഉള്ളത്. മണിക്കൂറിൽ 60 കി.മീ. വേഗതയിൽ ഓടാൻ ഇവയ്ക്ക് കഴിയും. ഒരിക്കൽ തെക്കുകിഴക്കൻ ഏഷ്യയിലും ആഫ്രിക്കയിലും പരക്കെ കാണപ്പെട്ടിരുന്ന പുള്ളിപ്പുലി, ഇന്ന് വേട്ടയും ആവാസവ്യവസ്ഥയുടെ നാശവും മൂലം കുറച്ചു സ്ഥലങ്ങളിൽ മാത്രമേ കാണപ്പെടുന്നുള്ളൂ. സബ് സഹാറൻ ആഫ്രിക്കയിലും ഇന്ത്യ, പാകിസ്താൻ, ഇൻഡോചൈന, മലേഷ്യ, ചൈന

എന്നിവിടങ്ങളിലെ പല സ്ഥലങ്ങളിലുമാണ് ഇന്ന് പുള്ളിപ്പുലി നിലനിൽക്കുന്നത്. ഇവയുടെ കുറഞ്ഞുവരുന്ന എണ്ണവും ആവാസ വ്യവസ്ഥകളും മൂലം ഐയുസിഎൻ പുള്ളിപ്പുലികളെ 'വംശനാശ ഭീഷണി വരാൻ സാധ്യതയുള്ളത്' എന്ന പട്ടികയിൽ പെടുത്തിയിരിക്കുന്നു.

തവിടൻ വെരുകാണ് മറ്റൊരു സ്ഥിരംസാന്നിധ്യം. കാഴ്ചയിൽ മരപ്പട്ടിയെപ്പോലെതന്നെയാണ്. എന്നാൽ മുഖത്തും ശരീരത്തിലും അടയാളങ്ങളില്ല. മരപ്പട്ടിയെക്കാൾ കുടുതൽ തവിട്ടുനിറമുണ്ട്. തലയുംകാലുകളും അതിനെക്കാൾ ഇരുണ്ടതും തോൾ മങ്ങിയ തവിട്ടുനിറവും വശങ്ങൾ കുടുതൽ ചാരനിറവുമാണ്. വാലിനും നിളം കൂടുതലാണ്. വാലിന്റെ അറ്റം മിക്കതിലും വിളറിയ നിറമായിരിക്കും. അടുത്തുചെന്നു പരിശോധിച്ചാൽ കഴുത്തിലെ രോമങ്ങൾ ശരീരത്തിലെ മറ്റു ഭാഗങ്ങളിലുള്ള രോമങ്ങളുടെ എതിർദിശയിലാണ് വളരുന്നതെന്നു കാണാൻ കഴിയും. അക്രമണകാരികളെ പേടിപ്പിച്ചകറ്റാനുള്ള ഒരു രൂപാന്തരമാവാം ഇതെന്നു കരുതുന്നു.

കരണ്ടുതീനി വർഗ്ഗത്തിൽപ്പെടുന്ന പാറാനെയും ഇവിടെ കൂടുതലായി കാണാം. ശരീരത്തിന്റെ നീളം സധാരണ 43 സെന്റീമീറ്റർ ആണ്. ആണുങ്ങളുടേ വാലിന് 50 സെന്റീമീറ്ററും പെണ്ണുങ്ങളുടേതിന് 52 സെന്റീമീറ്ററും നീളമുണ്ട്. മുൻപിൻ കാലുകൾക്കിടയ്ക്കുള്ള ഒരു സ്ഥരം ഇതിനെ വായുവിലൂടെ പറക്കുന്നതുപോലെ ഊളിയിടാൻ സഹായിക്കുന്നു. രാത്രിഞ്ചരനായ, മരങ്ങളിൽ വസിക്കുന്ന അണ്ണാൻ ആണിത്. വരണ്ട ഇലപൊഴിയും കാടുകളിലും നിത്യഹരിതവനങ്ങളിലും പൊതുവേ 500 മീറ്ററിനും 2000 മീറ്ററിനും ഇടയിലുള്ള പ്രദേശങ്ങളിലും ഇവയെ കാണുന്നു. മരങ്ങളുടെ മേലാപ്പിലും പൊത്തുകളിലും വസിക്കുന്ന ഇവയെ സൈലന്റ് വാലിയിൽ ധാരാളമായി കാണാറുണ്ട്.

സൈലന്റ്‌വാലിയിലെ ഉൾക്കാടുകളിൽ കരടിയെ കാണാനാവും. എട്ട് വ്യത്യസ്ത വിഭാഗം കരടികളെ ലോകത്തിന്റെ പലേടത്തുനിന്നായി കണ്ടെത്തിയിട്ടുണ്ട്. ഇതിൽ ആറു വിഭാഗങ്ങൾ മിശ്രഭുക്കാണ്. ബാക്കിയുള്ള രണ്ടു വിഭാഗങ്ങളിൽ ധ്രുവക്കരടി (പോളാർ ബെയർ) പ്രധാനമായും മാംസം ഭക്ഷിക്കുമ്പോൾ ഭീമൻ പാൻഡ മുള മാത്രം തിന്നു ജീവിക്കുന്നു. വിവിധ ആവാസവ്യവസ്ഥകളിൽ ഉത്തരാർദ്ധഗോളത്തിൽ ഏതാണ്ട് മുഴുവനായും ദക്ഷിണാർദ്ധഗോളത്തിൽ കുറേ ഭാഗത്തും ഇവയെ കാണാം.

മ്ലാവുകളാണ് ഈ കാടുകളിലെ മറ്റൊരു സാന്നിധ്യം. ഇന്ത്യൻ ഉ

പഭൂഖണ്ഡത്തിൽ, പ്രത്യേകിച്ച് ഇന്ത്യ, തെക്കൻ ചൈന, തെക്കുകിഴക്കൻ ഏഷ്യ എന്നിവിടങ്ങളിൽ പൊതുവെ കാണപ്പെടുന്ന മാൻ വർഗ്ഗത്തിൽ പെടുന്ന സസ്തനമാണ് മ്ലാവ് അല്ലെങ്കിൽ കലമാൻ. 'സാംബാർ' എന്ന പേര് പലപ്പോഴും ഫിലിപ്പൈൻ മാനുകളായ ഫിലിപ്പൈൻ സാമ്പാർ മാനുകളെ സൂചിപ്പിക്കുന്നതിനും ജാവൻ റുസ മാനുകളായ സുന്ദ സാമ്പാറുകളെ സൂചിപ്പിക്കുന്നതിനും ഉപയോഗിക്കുന്നു. ഇവക്ക് തവിട്ടുനിറമാണ് ഉള്ളത്. പൂർണ്ണവളർച്ചയെത്തിയ ഒരു മ്ലാവിന് ഏകദേശം 102 മുതൽ 160 സെന്റീമീറ്റർ (40 മുതൽ 63 ഇഞ്ച്) വരെ ഉയരവും 272 കിലോഗ്രാം ഭാരവും ഉണ്ടാകാറുണ്ട്. ആൺമ്ലാവിന് വളഞ്ഞ ശിഖരങ്ങൾ ഉള്ള കൊമ്പുകളാണ് ഉള്ളത്. ഇവ മരങ്ങൾ തിങ്ങിനിറഞ്ഞ സ്ഥലങ്ങളിലാണ് പൊതുവേ കാണപ്പെടാറുള്ളത്. പരിപൂർണ്ണ സസ്യഭോജികളായ ഇവയുടെ ഭക്ഷണം പുല്ലുകളും, മുള, മരത്തൊലി എന്നിവയുമാണ്. ഇവ കൂട്ടം കൂടി ജീവിക്കുന്ന വർഗ്ഗമാണ്.

മാൻ വർഗ്ഗത്തിൽ പെട്ട ജീവികളിൽ ഏറ്റവും വലിപ്പം കുറഞ്ഞ പന്നിമാനും ഇവിടെയുണ്ട്. മൗസ് ഡീർ എന്ന ആംഗലേയ നാമത്തെ അന്വർത്ഥമാക്കുന്ന തരത്തിൽ ഇവയുടെ മൂക്കിന് എലിയുടെ മൂക്കുമായി സാദൃശ്യമുണ്ട്. അൽപ്പം നീണ്ടമൂക്കുള്ള ഇവ ഒരു സുന്ദരവംശമാണ്. ആൺമൃഗങ്ങളുടെ തേറ്റകൾ അവയെ തിരിച്ചറിയാൻ സഹായിക്കുന്നു.

ഏതാണ്ട് 25 സെന്റീമീറ്റർ ഉയരവും 6 പൗണ്ട് ഭാരവുമുള്ള ഈ ചെറിയ മാൻ എലിയെപ്പോലെയാണ് നീങ്ങുന്നത്. ഈ മാനിന് കൊമ്പുകളില്ല. പുറമാകെ ഇരുണ്ട തവിട്ടു നിറത്തിൽ വളരെ നേർത്ത മഞ്ഞപ്പൊട്ടുകളോ, പാടുകളോ കാണാം. ഇവ ചിലപ്പോൾ നേർത്തവരകളായോ നിരനിരയായ കുറികളായോ തോന്നിക്കുന്നു. കുറുകെ ചില അവ്യക്ത മഞ്ഞവരകളും കാണാറുണ്ട്. അടിഭാഗം നല്ല വെളുത്തിട്ടാണ്. തൊണ്ടയിൽ അണ്ണാറാക്കണ്ണന്റെ പോലെയുള്ള മൂന്നു വരകൾ കാണാം. പ്രകൃതിയുമായി അലിഞ്ഞു ചേരുന്ന വർണ്ണങ്ങൾ കൂരമാനെ പോലുള്ള ഒരു ദുർബലമൃഗത്തിന് അത്യന്താപേക്ഷിതമാണ്. വനാന്തരങ്ങളിലെ ഇരുണ്ടപ്രദേശങ്ങളിൽ മാത്രമേ കൂരമാനെ പൊതുവേ കാണാറുള്ളു. ഇന്ത്യയിൽ ഡെക്കാൻ പ്രദേശത്ത് സാധാരണ കാണപ്പെടുന്നെങ്കിലും വേട്ടക്കാരുടേയും സഞ്ചാരികളുടേയും കണ്ണില്പ്പെടാറില്ല. പുൽമേടുകളിലെ പാറക്കൂട്ടങ്ങളിലും, മലഞ്ചെരുവുകളിലും, പാറകൾ നിറഞ്ഞ ഇടതിങ്ങിയ വനാന്തരങ്ങളിലും കൂരമാനെ കാണാം. പാറക്കൂട്ടങ്ങളിലെ വിടവു

കൾ ആയിരിക്കും മിക്കവാറും ഇവയുടെ ഒളിസങ്കേതങ്ങൾ. ഇങ്ങ നെ ഒളിഞ്ഞുജീവിക്കുന്ന കൂരമാൻ മഞ്ഞുപൊഴിയുന്ന പ്രഭാതങ്ങ ളിലും, സായംകാലങ്ങളിലുമാണ് ആഹാരസമ്പാദനത്തിനിറങ്ങുന്ന ത്. മഴമേഘങ്ങൾ മൂടിക്കിടക്കുന്ന പകലുകളിലും ഇവയെ കാണാം.

മേഞ്ഞു നടക്കുമ്പോൾ കുറിയ വാൽ മെല്ലെ മെല്ലെ ഇളക്കാറു ണ്ട്. അതിന്റെ വർണ്ണങ്ങളും നാണം കുണുങ്ങിയതുപോലുള്ള പെരുമാറ്റവും കൂരമാനെ സ്ഥിരമായി വനത്തിൽ ചരിക്കുന്നവർക്കു പോലും പെട്ടെന്നു തിരിച്ചറിയാൻ ബുദ്ധിമുട്ടുണ്ടാക്കുന്നു. എങ്ങാ നും ആരുടെയെങ്കിലും കണ്ണിൽ പെട്ടുപോയാൽ മിന്നൽ പിണർ പോലെ പ്രകൃതിയിൽ അപ്രത്യക്ഷനാകുവാനുള്ള കഴിവ് കൂരന്റെ പ്രത്യേകതയാണ്.

ഐ.യു.സി.എൻ. ചുവന്ന പട്ടിക പ്രകാരം സ്ഥിതി ഒട്ടും ആശ ങ്കാജനകമല്ലാത്ത ജീവികളുടെ പട്ടികയിൽ ആണ് ഇവയുമുള്ളത്. എങ്കിലും ഇവയുടെ ആവാസ വ്യവസ്ഥയെ പറ്റിയോ, ഇവയുടെ എണ്ണത്തെ പറ്റിയോ കണക്ക് ഇത് വരെ എടുത്തിട്ടില്ല, വേട്ടയാടലി ന് വിധേയമായിടുള്ള ഈ ജീവി മിക്കവാറും ഇന്ന് വംശനാശഭീഷ ണിയുടെ വക്കിൽ ആക്കാൻ ആണ് സാധ്യത. ഇങ്ങനെ നിരവധി മൃഗങ്ങളും സസ്യജാലങ്ങളാലും സമ്പുഷ്ഠമാണ് സൈലന്റ് വാലി. അത് നമ്മുടെ പ്രകൃതിയുടെ മുഖമാണ്. അത് നെഞ്ചോടു ചേർത്തു പിടിക്കാം, ജീവനുള്ളിടത്തോളം അതിനെ കരുതിവെക്കാം.

(അവലംബം: വിക്കിപീഡിയ)

○○

Thanks:

Mr. S. Vinod IFS (Wildlife Warden, Silent Valley National Park), Mrs. Ashalatha A. (Assistant Wildlife Warden, Bhavani Range), Mrs. Nisha P.A.(Wildlife Assistant, Silent Valley Division), Mr. Hashim K.A (Deputy Range forest officer, Silent Valley National Park Range), Mr. Krishnakumar (Deputy Range forest officer, Anavai Forest station), Mr. Balamurali (Deputy Range forest officer, Thudikkai), Mr. Suresh (Section forest officer, Anavai Forest station), Miss. Keerthy Krishnan (Beat Forest officer), Mrs. Sowmya (Beat forest officer), Mr. Rajeshkumar (Conservation Biologist), Mr. Jamaludheen (Watcher), Mr. Rajendraprasad (Watcher), Mr. Thaddaeus Jesudian (Driver)

www.ingramcontent.com/pod-product-compliance
Lightning Source LLC
LaVergne TN
LVHW040813051026
849519LV00007BA/2618
* 9 7 8 9 3 9 1 0 8 5 1 7 9 *